வசுந்தரா தாஸ் குரல்

அகராதி

யாவரும்
பப்ளிஷர்ஸ்

The views and opinions expressed in this book are the author's own. The facts contained herein were reported to be true as on the date of publication by the author to the publishers of the book, and the publishers are not in any way liable for their accuracy or veracity.

- வசுந்தரா தாஸ் ● சிறுகதைகள் ● அகராதி ©
- முதல் பதிப்பு : நவம்பர் 2023
- Vacuntarā tās kural ● Short stories ● Agarathi ©
- First Edition : November 2023
- Pages : 110 ● Price : ₹ 150/-
- ISBN : 978-81-19568-61-11

Released by :

M/s. Yaavarum Publishers
24, Shop no - B, S.G.P Naidu Complex,
Dhandeeswaram Bus Stop
Opp: Bharathiar Park
Velachery Main Road
Velachery, Chennai - 600 042

90424 61472 / 98416 43380
editor@yaavarum.com
Url : www.yaavarum.com; www.be4books.com

Designed by :
Y Creations

All rights, including professional, amateur, motion pictures, recitation, public reading, broadcasting and the rights of translation into foreign languages are strictly reserved. No part of this book may be reproduced in whole or in part or utilized in any form or by any means electronic or mechanical, including photocopying, recording or by any information storage and retrieval system now known or hereafter invented, without the prior written permission of the author/ publisher.

நினைவில் வாழ்ந்து கொண்டிருக்கும்
அப்பாவுக்கு

★

நன்றி

★

கணையாழி

யாவரும்.காம்

கலகம்

வாசக சாலை

நடுகல்

அகநாழிகை

தமிழ்வெளி

புரவி

★

என்னுரை

வணக்கம். முதல் நூலுக்குப் பின்னர் நீண்ட இடைவெளியை விசாரித்துக் கொண்டிருக்கும் நண்பர்களுக்கு கனிந்த அன்பு. அதனதற்கென ஒரு நேரம்! இப்போது இந்நூல் வெளியாகி உங்கள் வாசிப்புக்குள்ளாகும் நேரம்.

பெரும் தூறலுக்குப் பின் ஈரக்காற்று மேனியுரச நடுவானேறும் நிலவின் ஒளிர்மையில் மின்னுகின்ற இரவுப் பொழுதில் உங்களிடம் சில வார்த்தைகள்.. எழுத்து மீதான நேசம் என்பது நூலக நாற்காலிகளில் தரையை எட்டாத கால்களை மடித்து கழுத்தை உயர்த்தி மேசையில் விரிக்கப்பட்ட புத்தகங்களில் எழுத்துக்கூட்டிப் படிக்க ஆரம்பித்த பால்வெண்மையிலிருந்து தொடர்கிறது. தளர்ந்தோ விலகியோ போகாத நேயத்தில் ஒன்றாக 'எழுத்து' உயிர்த்து உயிர்ப்பித்துக் கிடக்கும். மனவெளியில் ஆழ்ந்துபோய் வழியும் எண்ணக் கோர்வைகள் சிலவற்றை படைப்புகளாக்கிக் கொள்கிறது மனம். மனதில் சுரந்து கொண்டிருக்கும் பசிக்கு பிரசவித்துக் கொண்டிருக்கும் சொற்கள் உணவு!

தொடர்ந்து நூல்கள் கொண்டுவர முயற்சிக்கிறேன். இதில் உள்ள பெரும்பாலான கதைகள் இலக்கிய இதழ்களில் வெளிவந்தவை. இரண்டாம் சாமத்திற்குப் பிறகு ஒரு கேள்வி கலை (அம்மாவின் முற்பாதிப் பெயர்) என்னும் பெயரில் கணையாழியில் எழுதியது. மற்றவை அகராதியாக எழுதியவை.

எனது வழமையான தவிர்த்தல், மறுத்தல், நிசப்தித்துக் கிடத்தலைப் பொருட்டாகக் கொள்ளாது எப்போதும் மாறாத அன்பு காட்டும் நண்பர்கள் என் துணை!

இதழ்களில் படைப்புகள் வெளிவராத மாதத்திற்கு நாட்காட்டியில் எண்கள் இருந்ததில்லை. தனித்த மனரேகைகள் கொண்டு கடைசிவரை எழுத முயற்சித்துக் கொண்டிருக்கும் ஒரு உயிரி இது..

மொழி எண்ணிலடங்கா சுவைகள் தாங்கிய அட்சயப் பாத்திரம்! நாம் பசித்திருப்பவர்.

இலக்கிய வெளியில் சிறப்பாகத் தடம் பதித்துக் கொண்டிருக்கும் யாவரும் பதிப்பகம் இந்த நூலைக் கொணர்ந்து வந்ததில் மகிழ்ச்சி.

தந்தையை இழந்து முழுதாக வருடம் கழியவில்லை. இழப்பின் ஆழம் நிரப்ப ஏதுமில்லை. "மலர்மிசை ஏகினான்" தாள் வணங்கிக் கொள்கிறேன்.

அன்புடன்,

அகராதி

9942073583

aharathi26@gmail.com

உள்ளடக்கம்

1. வழியும் புன்னகை — 09
2. கிளைகள் — 15
3. சுடர் — 21
4. தீர்மானம் — 29
5. நீலப்பூ — 37
6. பன்னெண்டும் பன்னெண்டு விதம் — 44
7. கறுப்பு வண்ண மாயப்பெட்டி — 52
8. இரண்டாம் சாமத்திற்குப் பிறகு ஒரு கேள்வி — 62
9. வசுந்தரா தாஸ் குரல் — 70
10. சச்சின் — 78
11. வாலெயிறு ஊறிய நீர் — 86
12. எக்ஸ் — 92
13. உதட்டோர மென்குழிவு அசைந்தமரும் சிற்பம் — 100

வழியும் புன்னகை

அகல்யா திடுக்கிட்டு விழித்தாள். பேருந்து ஆத்துப்பாலம் தாண்டிய நிறுத்தத்தில் நின்றிருந்தது. இன்னும் இரண்டு ஸ்டாப் தாண்டி இறங்க வேண்டும். முன்பே நடத்துநரிடம் சொல்லி வைத்திருந்தாள். தூங்கியிருந்தாலும் எழுப்பி விட்டிருப்பார். ஆவணி மாதமென்றாலும் வெயிலின் தாக்கம் அதிகமாக இருந்தது. வியர்வை வழிந்தது. சுடிதார் முதுகுப்புறம் நனைந்திருந்தது. தூங்கி எழுந்ததில் பசி அதிகரித்திருந்தது. தண்ணீர் பாட்டிலைத் திறந்து மிச்சம் இருந்த நீரைக் குடித்து முடித்து கைப்பையின் உள்ளே துழாவி ஒரு சாக்லேட் எடுத்து வாயில் போட்டுக்கொண்டாள்.

நேரில் செல்லும் இரண்டாவது இடம் இது. இணைய தளங்களில் நண்பர்களின் உதவியோடு நான்கு இடங்களில் தேடி இல்லையென்றான பிறகு ஒருமுறை தென்காசி சென்றுவிட்டு வந்தாள். தன்னை நினைக்கையில் வியப்பாக இருந்தது. இப்போது உடன் படித்த கல்லூரித் தோழி வீட்டில் விசேஷம் போயே ஆக வேண்டும் என்று பொய் கூறிவிட்டு வந்திருக்கிறாள். தென்காசி போகும்போதும் இதே பொய். ஆனால் அப்போது கல்லூரித் தோழி பள்ளித் தோழியானாள். சந்தேகப்பொறி பறக்கும் கணவனின் கண்கள் அருகில் வந்துபோயின. ஒருநாள் தனது போன் நோட்பேடில் குழந்தையின் டியூசனுக்கு விசாரித்து வைத்திருக்கும் முகவரியை குறித்துக் கொண்டிருக்கும்போது அவசரமாகப் பிடுங்கிப் பார்த்தான். அவளுக்குப் புரிந்தது இருப்பினும் என்ன என்று கேட்டாள். ‘ஹி ஹி ஒன்றுமில்லை’ என்றான். வாய் திறந்து

எதுவும் சொன்னது இல்லை. ஆனால் கண்களில் சந்தேகப்பொறி இருக்கும். வெளியில் சென்று வரவோ வேலைக்குச் சென்று வரவோ தடையெதுவும் விதிக்க மாட்டான். பழுதா பாம்பா நிலைதான்.

அகல்யா திருமணமானப் புதிதில் வேலை சம்மந்தமாக ஆடிட்டரைச் சந்தித்துவிட்டு வந்தபோது "ஏன் உனக்கு பொம்பளை ஆடிட்டரே கிடைக்கலியா" என்றான். உடன் வேலை செய்பவரின் திருமண வரவேற்பு நிகழ்ச்சியில் மாப்பிள்ளை கை கொடுக்க அநிச்சையாக அவள் கையும் நீண்டது. வீடு வரும்வரை பேசவில்லை. வீட்டுக்கு வந்திருந்த அவன் நண்பனிடம் இரண்டு வார்த்தை சிரித்துப் பேசியதற்காக ஒரு வாரம் முழுவதும் முகத்தை உர்ராங் உட்டானாக வைத்திருந்தான். அவனிடம் பேசவேண்டுமென அவள் விரும்பவில்லை. ஆனால் வீடு வந்தவனிடம் பேசுவது கடமையென நினைத்துப் பேசினாள். அதன் பிறகான நாட்களில் ஆணோ பெண்ணோ யாராக இருந்தாலும் பேசுவதைக் குறைத்துக்கொண்டாள். அகல்யாவின் அம்மாவும் பாட்டியும் பொறுத்துப் போகணும் என்பதையே விடாமல் போதித்தார்கள். ஆரம்ப காலத்தில் அகல்யாவிற்கு எதற்கு இப்படி கடுகடுத்துக்கொண்டு இருக்கிறான், திடீர் திடீரென எரிந்து விழுகிறான் என்றே தெரியவில்லை. போகப்போகப் புரிந்தது. இந்த முறை கேட்டுவிட வேண்டும் என்று அவனது நண்பன் பேசியதற்காகத்தானே இப்படி இருக்கிறாய் என்று நேராகக் கேட்டாள். உள்ளுக்குள் கோபம் கனன்றது. இல்லை என்று சாதித்தான். வழக்கமான முகமும் வேறுபட்ட முகமும் இவளுக்குத் தெரியாதா...

பேருந்து பிள்ளையார் கோவில் அருகே அகல்யாவையும் ஒரு பாட்டியையும் இறக்கிவிட்டுச் சென்றது. அவரிடம் விசாரிக்கலாம் என்று நெருங்கிப் பிறகு முடிவை மாற்றிக்கொண்டாள். டீ கடையும் இரண்டு பெட்டிக்கடைகளும் கண்களில் தென்பட்டன. போய் பெயர் சொல்லிக் கேட்டாள்.

"பேப்பர்ல வந்துச்சா? எத்தனை வருஷம்மா இருக்கும் ஒன்னும் நினப்புக்கு வல்லியே"

“ரெண்டு வருஷம் ஆச்சுங்க” என்றவாறு நான்காக மடிக்கப் பட்டிருந்த 2/10/2020 நாளிதழின் பகுதியை தோள்பையில் இருந்து எடுத்துக் காட்டினாள். வெள்ளைச் சட்டை போட்டிருந்தவர் அவளை ஏற இறங்கப் பார்த்துவிட்டு ‘அவரிடம் கேளுங்கள்’ என்று அனுப்பினார். களைப்பாக இருந்தது. ஒரு டீ சொல்லிவிட்டு அவர் காட்டிய நபரின் அருகில் அமர்ந்துகொண்டாள். அவர் விவரம் கேட்டுவிட்டு ஒரு மாதிரியாகச் சிரித்தார். ஒட்டுக்கேட்ட வெள்ளைச் சட்டைக்காரரும் சிரித்தார். அதனைக் கவனியாதவள் போல ரொம்ப தூரமா, பக்கமா, நடந்து போய்விடலாமா, வாகன வசதிகள் எதுவும் இருக்கிறதா என்று கவனமாகக் கேட்டாள். இது போன்ற நேரத்தில் அவர்களின் சிரிப்பை அசட்டை செய்வது ஒரு நல்ல எதிர்வினை.

இதுபோன்ற பழக்கம் அவளது முன்னாள் காதலனிடம் பழகிய பொழுதிலிருந்து கைவந்திருந்தது. திருமணத்திற்குமுன் வேலை பார்த்த அலுவலகத்தில் உடன் வேலை பார்த்தவனுடன் காதல் ஏற்பட்டது. அவனது புத்தக அறிவு அகல்யாவிற்கு பிடித்தது. அவன் ஒரு தகவல் திரட்டு. பரந்த மனப்பான்மை கொண்டவனாகக் காட்டிக்கொண்டான். அறிவான பரந்துபட்ட மனதுடைய ஒருவன் தனக்கு மணாளனாக வரப்போகிறானென்று அகல்யாவிற்கு பெருமையாயிருந்தது. பழகிய சில நாட்களிலேயே குறுகிய மனமும் காயப்படுத்தும் குணமும் தெரிந்தது. எனினும் காதலித்து விட்டோம் மனதில் இவன்தான் எல்லாம் என்று நினைத்துவிட்டோம், குறையில்லா மனிதர் யாருண்டு என்று நினைத்து சுய சமாதானத்தில் கொண்ட அன்பு மாறாது நடந்தாள். எத்தனையோ முறை வேண்டாம் என்று கெஞ்சியும் கேர்ஃபுல்லாக இருக்க வேண்டும் என்று கேட்டும் பாதுகாப்பில்லாமல் உடலுறவு கொண்டான். கருக்கலைப்பு வரை சென்றது. அதுவும் உரிய நேரத்தில் செல்லாமல் தாமதப்படுத்தி பெரிய சிக்கலில் கொண்டுவிட்டது. ‘தாமதத்தை மாத்திரைலயே சரி பண்ணிரலாம் தெரிஞ்ச மெடிக்கல்ல சொல்றேன் வாங்கிக்க’ என்றான். நொறுங்கிப் போனாள். பேசி வரவழைத்து இரண்டு பேருமாகச் சென்று வேலை முடிந்து வருவதற்குள் போதும் போதுமென்றாகியது. தொடர்ந்த ரத்தப் போக்கு சரியாக்க இரண்டு டாக்டர்களிடம்

காட்டி சரிசெய்தாள். இந்நிலையில் உடல் வலியும் மனவலியும் ஆட்கொண்டு துடிப்பதை வெளி உலகிற்கும் வீட்டிற்கும் தெரியாமல் மறைக்க வேண்டும். இயல்புநிலைக்கு வந்தப் பிறகு கிண்டல் என்ற பெயரில் அகல்யாவின் அழகு, நெற்றி, மூக்கை மட்டம் தட்டுவான். அப்போது சீரியஸாக மற்ற விஷயங்களைப் பேசுவாள். ஒருநாள் இந்தத் தவறினை உணர்ந்ததாகக் கூறினான். ஒருமுறை அலுவல் காரணமாக ஆன் டியூட்டிக்கு அவன் வெளியூர் சென்று வந்ததிலிருந்து குதர்க்கமாகப் பேசிக்கொண்டிருந்தான். போனை வாங்கிப் பார்த்தான். அதே அலுவலகத்தில் வேலை பார்க்கும் ஒருவரின் பெயரைக் கூறி 'ரொம்ப ஃபிரண்டோ' என்றான். தொடர்ந்த பேச்சில் 'அவன் மடியில் உட்கார்ந்து பேசுவ' என்றான். இத்தனைக்கும் அவரிடம் அகல்யா ஓரிரு வார்த்தைகள்தான். அதுவும் எப்போதாவது பேசுவாள். ஏதோ தவறான தகவலைப் பெற்று உளறுகிறான் என்று புரிந்து கொண்டாள். "முகத்தை, நடையை பாத்தா தெரியாதா? பொம்பள எப்படிப்பட்டவன்னு" என்பவனுக்கு எப்படித் தன்னைத் தெரிய வைப்பது என்று நினைத்தாள். அவனும் அவன் நண்பர்களும் கடைவீதியில் நின்றுகொண்டு ரோட்டில் செல்லும் பெண்களைப் பார்த்து

'இது சரியில்லை, நடையைப் பாரு கண்டிப்பா வேற மாதிரி ஆளு, இதுக்கு இவ்வளவு கொடுத்தா வந்துரும். இது குட்டிப் போட்டது, ஆளப் பாத்தா தெரியாதா? ஆன்ட்டி' என்ற வகையில் பேசுவார்களாம். அதைக் கேட்ட நொடியில் அகல்யாவிற்கு அடிநெஞ்சிலிருந்து ஆத்திரமும் கோபமும் பற்றிக்கொண்டு வந்தது. அந்த நாளே இவனை எப்போது விட்டொழிக்கலாம் என்று யோசிக்கத் தொடங்கிவிட்டாள். இப்போது நல்ல நேரம்!

இரண்டு நாட்கள் பேசாமல் இருந்தாள். மூன்றாவது நாள் வந்து வேறொரு பெண்ணுடன் அவர் ஃபோனில் பேசிக் கொண்டிருந்ததை உன்னுடன் பேசியதாக நினைத்து விட்டேன் என்றான். இப்போது சரியென்று கூறி அவனுடன் குலாவ வேண்டுமென்று எதிர்பார்த்தான். அதுதான் வழக்கம்!!

கும்பிடு போட்டுவிட்டு அலுவலகத்தையே மாற்றிக்கொண்டு வந்துவிட்டாள். அவனை வேண்டாம் என்று கத்தரித்ததிலிருந்து

நிம்மதியாக சந்தோஷமாக இருந்தது. இதை ஏன் முன்பே செய்யாமல் விட்டோமென்றிருந்தது..

ஒடிசலான தேகத்தில் கனமான தோள்பையை மாட்டிக்கொண்டு நடந்த பெண்மணியுடன் பேச்சுக் கொடுத்துக்கொண்டு இணையாக நடந்தாள். டீ கடையில் இருந்தவர்கள் இந்தப் பெண்ணுடன் போகுமாறு வழி சொல்லியிருந்தார்கள். அப்பெண் அப்பகுதி கிளை சுகாதாரத் துறையில் செவிலியாக இருப்பதாகக் கூறினார். அகல்யா தான் வந்த காரணத்தைக் கூறினாள். அவள் சிரிக்கவில்லை. “அவங்களா.. நல்ல டைப்புங்க”. அகல்யாவுக்கு அவளை அறியாமல் மகிழ்ச்சி வந்துவிட்டது.

“நீங்க ஃபிரண்டா? அவங்களுக்குப் பின்னாடி வீடுதான் என்னுது எதாவது உதவி வேணும்னா சொல்லுங்க” என்று போன் நம்பர் கொடுத்தாள். இன்று தனது இருசக்கர வாகனம் பழுதாகி விட்டதெனவும் மெக்கானிக் சொன்ன நேரத்திற்கு தரவில்லை என்றும் கூறிக்கொண்டு வந்தாள். கம்பி கிராதி வைத்த வீட்டைக் காண்பித்து இதுதான் என்று கூறிவிட்டுச் சென்றாள்.

முழுதாக இரண்டு மாதங்கள் செலவழித்திருக்கிறாள் இந்த முகவரியைக் கண்டுபிடிக்க. எப்படியோ தேடிப் பிடித்து வந்துவிட்டாள். கதவைத் தள்ளித் திறந்தாள். செய்தித்தாள் செய்தி மனப்பாடமாக உள்ளுள் ஓடியது.

“திருமணமாகி பள்ளியில் படிக்கும் இரு குழந்தைகளுக்கு அம்மாவான பெண்ணிடம் அவர் திருமணமாகாதவர் என்று நம்பி பல ஆண்களும் அதிகாரிகளும் ஏமாந்தது அம்பலம்! ரிங் மாஸ்டராக ஆட்டிவைத்தப் பெண். அதிகாரவட்டம் பயத்தில் திக் திக்” இரும்புக் கட்டிலில் எளிய கைத்தறிப் புடவையில் கையிலிருந்த போனைப் பார்த்தபடி அமர்ந்திருந்தப் பெண் நிமிர்ந்து பார்த்துவிட்டு எழுந்தாள்.

“நீங்க?”

“நான் அகல்யா. திண்டுக்கல்லருந்து வரேன்.”

அறியவில்லை என்னும் வெளிப்பாட்டைக் கண்கள்

வழங்கியது. இருப்பினும் நான்கு சதவீத பிடிமானத்தை முகம் தாங்கியிருந்தது. எங்கேனும் சந்தித்துப் பழகிய நபராயிருக்குமோ என்பதின் முகக்குறியது.

அதனை உணர்ந்தவளாய் அகல்யா மறுப்பாக முகம் அசைத்து "என்னை உங்களுக்குத் தெரியாது. நாம சந்திச்சது இல்ல"

ஆச்சரியம் காட்டிய முகபாவனையுடன் பின் எதற்கு என்பதாகப் பார்த்தாள்.

அவளை அணைத்துக்கொண்டு சொன்னாள்.

"உங்கள நேர்ல பாக்கணும்னு தோனுச்சு வேற ஒன்னும் இல்ல."

அங்கிருந்த மேசையின் வட்ட வடிவத்தை ஒரு நிமிடம் போல அகல்யா பார்த்தாள். பிறகு 'வரேன்' என்று கும்பிட்டுவிட்டு வெளியேறினாள். அப்பெண் திகைத்துப் போய் நின்றுகொண்டிருந்தாள்.

பெரிய அளவிலான வேலையைச் செய்து முடித்த உணர்வும் புத்துணர்ச்சியும் வந்திருந்தது.. பேருந்து நிறுத்தம் நோக்கி நடந்தாள். வெயில் குறையவில்லை. முகத்தில் பெரும் புன்னகை குளுமையாக வழிந்துகொண்டிருந்தது.

கிளைகள்

F154 என நீலநிறப் பெயிண்டால் சிமெண்ட் சரிவில் எழுதப்பட்டிருந்த இடத்தில் வெள்ளை நிற ஃபோக்ஸ் வேகனுக்கும் அடர் மஞ்சள் நிற - இந்தக் கலரிலாமா கார் வாங்குவார்கள் - மாருதி சுசுகிக்கும் இடையில் எனது வெள்ளை நிற ஹோண்டா ஸிட்டியைச் செருகிவிட்டு இறங்கி நடந்தேன். செக்யூரிட்டி சரியாக நிறுத்துகிறேனா என்று பார்த்துக் கொண்டிருந்தார்- சரியாத்தான்யா நிறுத்தியிருக்கேன் யாராவது ஒருத்தர் குடிச்சிட்டு ஒரு ராத்திரி மாத்தி நிறுத்தினா இருக்கிற எல்லாரையும் சந்தேகப்படறது! – நைட் ஷிஃப்ட் இன்னைக்கு இல்லை என்று ஒரு தகவலாகக் கூறி அவசரமாகப் புன்னகைத்து வேகமாக லிஃப்டிற்குள் புகுந்தேன்.

இந்தப் பட்டண வாழ்விற்குப் பழகி இருபது வருடங்களாயிற்று, படித்து முடித்தவுடன் வேலைக்கு வந்தது. பின் திருமணம் குழந்தைகள் என்றானப் பின்னும் நான் உண்டு என் வேலையுண்டுதான். இடையில் இரண்டு முறை நிறுவனங்கள் மாறிய போதும் இதே முறைமைதான். நண்பர்கள், குடும்பம் என்று நாட்கள் போகிறது. ஆறாம் தளம் அடைந்து வீட்டிற்குள் நுழைகையில் புத்திக்கு எட்டியது ஏன் இவ்வளவு அவசரமாய் லிஃப்ட் பிடித்து உள்ளே வருகிறோம்!

எதிர் பக்கமிருந்த லிஃப்டில இருந்து வித்தியாசமான நீலக்கலர் ஷர்ட் பிளாக் பேண்ட்டில் - இவனுக்கென்று ஸ்பெஷல் புளூவெல்லாம் எங்குதான் கிடைக்குமோ - இறங்கிய பக்கத்து ஃபிளாட் தங்கவேல் என்னை இடிப்பது போல் கடந்து சரக்கென அவன் ஃபிளாட்டிற்குள் நுழைந்தான்.

இறங்கி என்னை இடிப்பது போல் வந்த இடைவெளியில் வெகு விரைவாக ஒரு புன்னகையையும் ஸ்பீட் டெலிவரி செய்திருந்தான். அவனது நான்கு வயது மகள் கூட அவ்வளவு அவசரமாய் இடைப்பட்ட இடங்களைக் கடப்பாள். பெரிய மகனுக்கும் மனைவிக்கும் அந்தக் குட்டிப்பெண் என்றால் இஷ்டம். "பாப்பா.. அண்ணாக்கும் ஆன்டிக்கும் இன்னைக்கு ரெண்டு ஹாய் சொல்லு" என்பான். அது "ரெண்டு ஹாய்" என்று கூறி கைக்காண்பித்து விட்டு குடுகுடுவென்று ஓடி லிஃப்ட்டிற்குள் தாவும்.

நாமும்தான் இந்த அவசரத்திற்குள் எப்போது புகுந்துகொண்டோம். இதிலிருந்து வெளிவர யோசித்ததே இல்லையே எனப் பலவாறு சிந்தனை ஓடியது. நிதானமாக இருக்கப் பழக வேண்டும் என்று மனது கூறியது. குளியல் அறை சென்று வேகவேகமாக உடற் சுத்தம் செய்து வெளிவந்து தேநீருக்காகச் சமையல் அறை நோக்கிய போது என் மனது என்னையே கேலியாய் பார்த்தது. வீட்டில் எல்லோரையும் நினைத்துப் பார்க்கிறேன். ஒருவகையில் எல்லோருமே பரபரவென்றே இருக்கிறோம். இதனால் என்ன பயன்? பாதிப்புதான். நிதானமாக உண்பது இல்லை. அப்பாடாவென்று அசந்து தூங்குவதில்லை.

எப்போதாவது இது போன்ற சிந்தனைகள் எட்டிப் பார்த்து விலகும். இன்று கொஞ்சம் கூடுதலாக அலைக்கழித்தது. கிச்சனில் ரெடியாக நிரப்பப்பட்டு வைத்திருந்த தேநீர் கோப்பையுடன் போய் முன்னறையில் அமர்ந்து கொள்கையில் குடும்பத்தினர் தீவிரமாக ஆலோசித்துக் கொண்டிருந்ததைக் கவனித்தேன்.

அப்பாவும் மகனும் அருகருகே அமர்ந்து பேசிக்கொண்டிருந்தனர். மகன் கண்கள் இடுங்கி வாயைப் பொத்திச் சிரித்துக்கொண்டிருந்தான். அப்பா சிரித்துக் கண்ணடித்தார். இப்போது ஒருவாறாய் சிரிப்பை நிதானப்படுத்தி வலது கையை உயர்த்தி ஹைஃபைவ் செய்துகொண்டனர். பையன் தோளுயரத்திற்கு வளர்ந்து விட்டான். மிகச்சிறிய வயதிலேயே அவனுடன் எதையெதையோ பகிர்ந்துகொள்ளும் அப்பாவைக் கண்டு ஆச்சரியப்பட்டிருக்கிறேன். இத்தூணூன்டு

பேரனிடம் இவ்வளவு பெரிய மனிதர் பேச என்ன இருக்கிறது! ஆனால் நிறைய இருந்தது என்பதைத் தெரிய வைத்திருந்தனர் இத்தனை நாட்களில்... அப்பா இங்கு வந்த ஆரம்பத்தில் ஒரு மாதிரியாக மந்திரித்து விட்டது போல் இருந்தார். மகன் பிறந்து ஒரு வருடத்தில் நிறைய மாற்றங்கள். சில பொழுதுகளில் மகன் பேசுவது அப்பா பேசுவது போலவே இருக்கும். இப்போதும் இருவரும் நெருக்கமான நண்பர்கள். அம்மா மட்டும் அவ்வப்போது ஊர் ஞாபகம், ஃபிளாட் சிஸ்டம், அடைபட்டுக் கொள்ளுதல் என புலம்பிக் கொண்டிருந்தார். ஆனால் அடுத்தடுத்து இரண்டு குழந்தைகளின் வருகை புலம்பலை நிறுத்தியிருந்தது.

மனதாரப் பேச, பழக முடியாமல் என்ன வாழ்விது என்னும் அம்மாவை செல்போன் கொடுத்து அமைதிப்படுத்தியிருந்தேன்.

சில நேரங்களில் வார்த்தைகளைக் கட்டிப்போடாமல் மனதுவிட்டுச் சலிக்கச் சலிக்கப் பேசும் பேச்சு நமக்கு ஒரு உரம் என்பது அம்மாவின் வாதம். ஃபோனில் அவ்வப்போது ஊர்க்காரர்களிடம் மணிக்கணக்கில் பேசுவார். ஒரு உறவிடமோ நட்பிடமோ பேசினால் பேசுபவரின் அக்கா, அண்ணன், தங்கையிலிருந்து அவர்களின் பிள்ளைகள் பேரன் பேத்திகள், தெருவில் வசிப்பவர்கள் என்று தெரிந்த ஒருவரையும் விடாமல் விசாரிப்பார். இங்கு எல்லாம் அளவாகத்தான் பேசுவது வழக்கம். ஃபோனில் பேசும் போது மட்டும் எப்படி இவ்வளவு நினைவும் உற்சாகமும் வருகிறது என்று ஆச்சரியமாக இருக்கும். மனைவி கூட ஆச்சரியப்பட்டிருக்கிறாள்.

அம்மாவும் அப்பாவும் உறவினர்களின் சுப,துக்க நிகழ்வுகளுக்கென்று வெளியூர் போய் வருவார்கள். கோவில் குளம் என்று பக்திப் பயணங்களையெல்லாம் போன வருடத்தோடு நிறுத்தி விட்டார்கள். உடல் அசந்து வருகிறது.

இப்போது இவர்கள் பேசிக்கொள்வதை வைத்துப் பார்த்தால் உறவுப் பெரியவர் ஒருவர் வைகுண்டப் பதவி அடைந்து விட்டார் என்பது புரிந்தது.

பிறகு,

அப்பாவின் முறைப்பு, அம்மாவின் வேண்டுகோள்,

மனைவியின் முனகல், பிள்ளைகளின் வியப்புக் கேள்விகளுக்கிடையே அடுத்த நாள் காலையில் நான் போக வேண்டுமென ஒருமனதாக முடிவாயிற்று. அப்பாவிற்கு நெருக்கமானவராம்.

ஒன்று விட்ட - இரண்டும் விட்ட?! - முகம் தெரியாத உறவுக்கார முதியவரின் மரணத்திற்காக தந்தையின் பூர்வீக பூமிக்கு... பயணத்திற்குத் தயாரானேன். அந்த ஊருக்குப்போக பள்ளிப் பருவத்திலேயே பிடிக்காது. கடைசியாகச் சென்றுவந்த நாள்கூட நினைவில் இல்லை. அப்பாவிற்கு மெடிக்கல் செக்கப் இருக்கிறது. உபத்திரவம் இருக்கிறது. சற்று தேறினால்தான் போய்வர முடியும். நான் போவதைத் தவிர வேறு வழியில்லை.

சிறுவயதில் போனது. ரூட் நினைவிருக்கிறது. படிக்கிற பிள்ளைகள், படிக்கிற பிள்ளைகளென எல்லா விசேஷங்களுக்கும் அம்மா அப்பா இருவர் மட்டுமே சென்று வந்து விடுவார்கள். சில சமயங்களில் எவரேனும் ஒருவர் போய்வருவர். இரண்டு முறை குலதெய்வ வழிபாட்டுக்குச் செல்கையில் நெருங்கிய உறவினர்களைக் கண்டதுண்டு. 'நல்லா படி' என்பதாகச் சந்திப்பு முடிந்துவிடும். கிடைக்கும் ஆறேழு நிமிடங்களில் அந்தக் கூட்ட நெரிசலில் என்ன பேசிவிட முடியும்! ஒருசிலர் முகம் மட்டுமே மங்கலாய் நினைவில் இருக்கிறது. எப்படி யாரென்று அடையாளம் கண்டு பேசிவருவதோ தெரியவில்லை...

இரு பேருந்துகள் மாறி கிராமத்திற்கான அனைத்துச் சாயல்களையும் ஒருங்கே பெற்ற ஊருக்குள் செல்வது ஒரு தெருவிற்குள் செல்வது போல இருந்தது ஊருக்குள் சென்ற மினி பஸ் பயணம். மரம், செடி, கொடிகளின் ஊடே குறுகியச் சாலை. செடி, கொடிகளை விலக்கியப்படியே வண்டி சென்று கொண்டிருந்தது. அனைவருக்கும் அறிமுகமான, தண்மையான உள்ளூர்வாசிகளே நடத்துநர், ஓட்டுநர் என்பதால் அதட்டல், உருட்டல், சில்லறைச் சத்தம், பேருந்து நிறுத்தத்தைத் தாண்டி நிறுத்தும் அசௌகரியங்கள் என எதுவுமின்றி அமைதியாக நிறுத்த வேண்டிய நிறுத்தங்களில் சிறுவனே நின்றாலும் நிறுத்தி ஏற்றி அழைத்துச் சென்றது. "போன ட்ரிப்புக்கே வருவன்னு பாத்தேன் ஏங்க்கா லேட்டு" உரிமையுடன் அக்கறைக் கேள்விகள் அக்கா அண்ணன் என்று பறந்தன.

பேருந்து நகர்ந்ததும் ஓடிவந்த பாட்டியைக் கண்டு பிரேக் பிடித்த ஓட்டுநர், "பஸ்ஸூ நிக்கறப்ப ஏறுறதில்ல, பதினாறு வயசு பொண்ணு நீ! எப்பப் பாரு ஓடியாந்துதான் ஏறுறது" என்றார். பாட்டிக்கு முகச்சுருக்கங்களெங்கும் வெட்கம் ஏறியிறங்கியது. பேருந்தே ஒரு கணம் ரசித்துச் சிவந்தது. உட்கார்ந்திருப்பவர்கள் குறும் புன்னகையை இழைய விட்டனர். பாட்டிக்கும் ஓட்டுநருக்குமிடையேயான சம்பாஷணை நீடித்தது.

சின்னச்சின்ன நல விசாரிப்புகளும் வெள்ளாமை நிலவரமுமாக மினி பஸ் பேச்சுக்களைச் சுமந்துகொண்டு ஊர் வந்து சேர்ந்தது.

இறப்பு வீட்டிற்கு வழி கண்டு பிடிப்பது ஒன்றும் பெரிய காரியமாக இல்லை. பஸ்ஸில் இருந்து இறங்கிய உடனே அந்நிய முகம் பார்த்து நெற்றிச்சுருக்கி விசாரித்து துக்க வீட்டிற்கு அனுப்பி வைத்தனர். இறப்பு நிகழ்ந்த வீட்டில் பிரேதத்திற்கு மரியாதை செலுத்தியபின் இரண்டு நிமிடங்கள் அந்நியமானேன். சுற்றிலும் உழைப்பின் ரேகை உடலெங்கும் பதிந்த உறவினர்கள், ஒபிசிட்டியின் எல்லைக்குள்ளேயே வராதவர்கள். ஜிம், ஃபிட்னஸ் வார்த்தைகளையெல்லாம் அறியாமலேயே ஃபிட்டாக இருந்தனர். இறந்தவர் வயதானவர் என்பதால் ஒன்றிரண்டு ரத்த சம்பந்தங்கள் தவிர மற்றவர்கள் இயல்பாக இருந்தனர்.

இளைஞர்கள் மூவர் அழைத்து அமரச்செய்து, கூல்ட்ரிங்க்ஸ் பாட்டிலை நீட்டினர். குடிக்கும் மனநிலை இல்லையென்றாலும் தாகமாக இருந்தது. மறுபேச்சின்றி வாங்கிக் குடித்தேன். யார், என்ன ஊரென விசாரித்துப் போய் பெண்கள் கூட்டத்திடம் சொல்லிவிட்டு வந்தனர். வந்ததில் மாநிறமாய் கழுத்தில் பச்சைத்துண்டு போட்டிருந்தப் பையன், "நீங்க எங்களுக்கு ரிலேஷன்" என்று சிரித்தான்.

பெண்கள் கூட்டத்திலிருந்து முதிய பெண் ஒருத்தி மெதுவாக நெருங்கி பேனாவையும் கம்ப்யூட்டர் எலியையும் மட்டுமே பிடித்து பழக்கப்பட்ட கடின உழைப்புக்கு பழக்கப்படுத்தியிராத மிருதுவான என் கையைப் பெருந் தயக்கத்திற்குப் பின் தொட்டு வருடி வியப்பாய் "நீ நடேசன் அண்ணனோட பேரனாய்யா? சாடை தெரியுது" என என் முகம் ஆழ்ந்து

நோக்க எனது தலையசைப்பிற்கு பதிலாய் மேலும் கையை இறுகப் பிடித்தபடி, "உன் அம்மாவ கண்ணாலம் பண்ணுன புதுசுல பாத்தது. அப்பறம் எங்கய்யா தோதுப் படல." என எவரையும் விட்டுக்கொடுக்காது பேசினார். ஒவ்வொரு முகமாய் வந்து அறிமுகம் செய்துகொண்டு பட்டணப் பளபளப்பை வியந்தது. பளபளப்பின் உள்ளிருக்கும் பட்டுப் போனவை அறியாது...

உழைக்கும் உடலுக்கு ஏற்ற வகையில் முழங்கால்வரை மட்டுமே புடவை உடுத்தியிருந்த பெண் ஒருவர், "உம் பாட்டியும் எங்க அய்யாவோட அத்தையும் அக்கா தங்கச்சிங்க உடம் பொறந்த பொறப்பு. நீ எனக்குச் சொந்தம்" என்றார். என்ன முறை என நினைக்கத் தலைசுற்றத் தொடங்கியது. உங்களைப் பற்றியெல்லாம் பேசிக்கொள்வோம் என்றார். அவர்களின் பேச்சினூடாகப் புரிந்தது அப்பாவைப் பற்றிய அவர்களது நினைவுகள் வார்த்தைகளாக அவ்வப்போது சொந்த நினைவுகளின் வடிகாலாய் ஓடிக்கொண்டே இருப்பதை.

பேருந்துகளின் பெயர்களை நேர வரிசைப்படி ஒப்புவித்த சிறுவனின் முதுகில் தட்டிக்கொடுத்தபடியே அதிகம் பேசாமல் புன்னகையும் அளவான பதிலுமாய் பேருந்து நிறுத்தத்தை நோக்கி நடந்தேன்.

பேருந்தின் ஓட்டத்தினூடே ஆழ்ந்த சிந்தனை வயப்பட்டிருந்தது மனம்.

எத்தனையெத்தனை உறவுகள்! ஒன்று விட்ட, இரண்டு விட்ட என்று நாம் விலக்கிக் கொண்டிருக்கையில் விடுபட்ட உறவுகள்தான் எத்தனையெத்தனை! என் தாத்தாவின் பெரியம்மா பேரனின் மகன் என்னை நினைவு வைத்திருக்க வேண்டிய அவசியம் என்ன!?!

சுடர்

காலை ஐந்தரை மணி. சீமாச்சு எழுந்து இரு உள்ளங்கைகளையும் தேய்த்துக் கண்களில் ஒற்றிக்கொண்டார். தெருவை எட்டிப் பார்த்தார். சில வாசல்களில் வெள்ளிக் கம்பிகள் ஏறியிருந்தன. சில வாசல்கள், தண்ணீரை வாங்கிக்கொண்டிருந்தன. சில வாசல்கள், விளக்குமாறால் இழுபட்டுக் கொண்டிருந்தன. பின்பக்கம் போய் ஒரு வாளி நீரை எடுத்து வந்து வாசலில் ஊற்றி, கூட்டிவிட்டார். அதற்குள் தனம் வந்து கோலப்பொடியை எடுத்து ரெண்டு இழை இழுத்துவிட்டு எழுந்தார். ஓரக்கம்பி போடாதது நினைவுக்கு வந்தது. திரும்பக் குனிந்து இரு ஓரங்களிலும் ரெண்டுரண்டுக் கம்பியாக இழுத்து டப்பாவை உட்பக்கச் சுவரை ஒட்டியுள்ள பெஞ்சின் கீழ் வைத்துவிட்டு, எத்தனை மணிக்கு வரவேண்டும், சமையல் மெனு விவரம் கேட்டறிந்து சென்றார். சீமாச்சுவின் கண்கள் வழக்கத்தை விடக் கூடுதலாகப் பளபளத்தன. சிவநேசு இன்னைக்குப் பெரிய ஆர்டராகப் பிடித்திருந்தான். அதுதான் கண்களின் கூடுதல் பளபளப்பிற்குக் காரணம்.

எப்படியாவது இந்த முறை பால்பாண்டியின் கடனை அடைத்துவிட வேண்டும். அவ்வப்போது கல்யாணம் காதுகுத்து என்று ஆர்டர் பிடித்துக் கொடுக்கும் சிவநேசுதான் நீண்ட நாட்களுக்குப் பிறகு இந்த முறை பெரிய ஆர்டர் பிடித்து வந்தான். கட்சி மீட்டிங்காம். அதுவும் கொரானா காலத்துக்குப் பிறகு கூடும் முதல் கூடுகை. நிறையப்பேர் வருவார்கள். முதலில் இருநூறு பேருக்கு சமைத்து வைக்கவேண்டும். அப்புறம் வருகிறக் கூட்டம் பார்த்துவிட்டுப் பேசிக்கொள்ளலாம். சிவநேசு சமையல் பொருட்களை எக்ஸ்ட்ராவாக வாங்கி

வைக்கக் கூறியிருந்தான். சமையல் வேலைதான், அவருக்குப் பிடித்த சமையல் வேலை. பார்த்துப் பார்த்து ருசிக்கசச் சமைத்து வைப்பதில் ஒரு ஆனந்தமிருக்கத்தான் செய்கிறது. ஆனந்தம் மட்டுமே வயிற்றுப் பாட்டுக்குப் போதாதே...

சீமாச்சுவிற்கு நெருங்கியச் சொந்தம் என்று யாருமில்லை. எப்போதோ இறந்து போன மனைவியின் நினைவு கூட தூர்ந்து போயிருந்தது. சிறு வயதிலேயே கல்யாணம் செய்து சிறு வயதிலேயே தனியாளாகி விட்டார். பிள்ளைக் குட்டிகள் கிடையாது. இருந்தும் என்ன நம் வயிற்றுக்கு, நாளையப் பொழுதுக்கென்று சேர்த்து வைக்கத்தானே வேண்டியிருக்கிறது. ஆனால் சுற்றியுள்ளவர்கள் கஞ்சப்பிசினாரி என்றுதான் சொல்வார்கள். அவர்களுக்கென்ன.. கடைசி காலத்தில் கஞ்சி காய்ச்சி குடிக்கவாது காசு வேண்டாமா? ஊரில் சீமாச்சு செட்டு ஆட்கள் எல்லாம் சம்மந்தம் போடத் துவங்கி விட்டார்கள். அதிலும் ரங்கராஜன் பேத்தி பெரிய மனுஷியே ஆகிவிட்டாளாம். திருவிழாவிற்கு ஊருக்குப் போகும்போது பார்த்துவிட்டு வந்தார். இந்தத் தடவையும் போன் போட்டு திருவிழாவென்று சேதி சொன்னார்கள். இனிமேல் போவதில்லை என்ற முடிவுக்கு வந்திருந்தார். போய்தான் என்னவாகப் போகிறது. பிழைக்க வந்த ஊரே போதும் என்று முடிவு செய்து விட்டார்.

கொரானாவின் பலனாக வேலை இல்லாமல் தடுமாறியப் போது கையிருப்புப் போக அவசியத் தேவைக்கு என்று பால் பாண்டியிடம் கடன் வாங்கியிருந்தார். முதல் இரண்டு மாதங்கள் பழைய பெண்டிங் கணக்கு வகையில் வர வேண்டிய ஆயிரமும் பேங்கில் அவசர ஆத்திரத்திற்கு என்று சேர்த்து வைத்திருந்த சிறு தொகையும் உதவியது. இழுத்துப் பிடித்து ஓட்டி விட்டார். மூன்றாவது மாதமும் தொடர்ந்த ஊரடங்கு பால்பாண்டியிடம் போய் நிற்க வைத்தது. கூட்டு வட்டிதான், வேறு வழியில்லை. போனமுறை வந்த ஆரர்டருக்கு வாங்கியக் கடனே இன்னும் கொஞ்சம் பாக்கியிருந்தது. அதோடு இதையும் சேர்த்து எழுதிக்கொள்ளுமாறு சொல்லிவிட்டு வாங்கி வந்துவிட்டார். இப்படி ஒரு கிருமித் தொற்று வருமென்று கனவிலும்தான் நினைத்திருப்பார்களா யாரும்! திடுமென்று ஊரடங்கு வந்திருக்காவிட்டால் இந்நேரத்திற்கு

பால்பாண்டியின் கடனை அடைத்திருப்போம், இப்போதானால் மேற்கொண்டும் வாங்கும்படியாகி விட்டது எனக் காலையில் கூட நினைத்துக் கொண்டுதான் எழுந்தார்.

அவருக்கு உதவியாக இரண்டு பெண்கள் தனமும் சியாமளாவும் வேலை செய்கிறார்கள். கூடமாட, ஓடி உதவ ஏழாவதுப் படிக்கும் பரமேஸ்வரியின் இளைய மகன் மாது விடுமுறை நாட்களில் ஓடிவந்து விடுவான். நல்ல சூட்டிகையானப் பயல். நேற்றே அண்ணாச்சி கடைக்குப் போய் மளிகை லிஸ்ட் கொடுத்துவிட்டு வந்து விட்டான். மீதி இரண்டு பேரும் வந்தால் எடுத்துக்கொண்டு வந்துவிடலாம். அண்ணாச்சிக் கடையில்தான் எப்போதும் வாங்குவது வாடிக்கை. அண்ணாச்சி தண்மையான மனிதர். நேக்குபோக்கு அறிந்தவர். சடாரென்று கடன் தொகையைக் கேட்டுவிட மாட்டார். சீமாச்சுவிற்குதான் ஒரு திங்கள் தாண்டினால் அவர் கடையைக் கடக்கையில் தலை தாழ்ந்து விடும். அவசரத்திற்கு வெறும் வாய்வார்த்தை நம்பிக்கையிலேயே பொருள் கொடுத்து உதவுகிற மனுஷன். ஒருநாளும் வாய்த்திறந்து கடிந்து கேட்டதில்லை. சமையல் கூலி வாங்கின முதல் காரியமாக மளிகைக் கடனைத்தான் அடைப்பார்.

உதவியாளப் பெண்கள் இருவருக்கும் போன் செய்து அண்ணாச்சிக் கடைக்குப் போய்விட்டு வருமாறு கூறினார். அவசரமாய்க் காலை வேலைகளைச் செய்து விட்டுத் தயாராகி மோர் கலந்து பழையதை கரைத்துக் குடித்துவிட்டு “உஷ்ண உடம்புக்கு இப்படிக் குடிச்சாதான் நல்லாருக்கு” எனப் பேசிக்கொண்டே கதவைப் பூட்டி நடந்தார். மாதுப்பயலும் சேர்ந்து கொண்டான். சமைக்கும் இடம் கோவிலுக்கு வடக்குப் பக்கம் இருக்கும் திடலில்தான் இருந்தது. அங்கிருந்து டவுனுக்கும் பக்கம்தான். அண்ணாச்சி கடையிலிருந்து பொருட்கள் வந்து விட்டன. கோவிலுக்குப் போய் அம்மனை வணங்கிவிட்டு அமர்க்களமாக வேலையை ஆரம்பித்து விட்டார்கள். எல்லோரும் குதூகலமாய் இருந்தனர். அதிலும் அந்தக் குட்டிப் பயல் குதித்துக் கொண்டு இருந்தான். சீமாச்சு இன்று கூடுதலாக காசு தருவதாகச் சொல்லியிருந்தார். கூட்டாளிகளுடன் இணைந்து முக்குக் கடையில் பரோட்டா

தின்னலாம். மீதிக்காசை மட்டும் அம்மாவிடம் கொடுத்தால் போதும்.

சமையல் அற்புதமாக வந்தது. பார்த்துப் பார்த்து சமைத்திருந்தார். நீண்ட நாட்களுக்குப் பிறகு உழைப்பும் உழைப்புக் கொடுக்கப் போகும் ஊதியமும் தேவையாயிருந்தது. எல்லோருக்குமே கூடுதல் சந்தோஷம் ஒட்டிக் கொண்டது. கொரானா காலம் சுழற்றிப் போட்டிருந்த வறட்சியில் இருந்து மீளுவதற்கான படியில்லையா.. அதுவும் பெரிய ஆர்டர். சிவநேசனிடம் சொல்ல வேண்டும். சமையலின் ருசி ஊரைத் தூக்குது போ என்று, சிவநேசு குடும்பத்திற்கும் ஒரு பார்சல் கட்டிக் கொடுத்துவிட வேண்டும். நினைத்துக் கொண்டது போல சிவநேசனிடம் இருந்து அழைப்பு வந்தது.

நூறாயுசு என எடுத்துப் பேசியவரின் காலின் கீழ் பூமி நழுவியது. தலையைப் பிடித்துக் கொண்டு உட்கார்ந்து விட்டார். கட்சிக் கூட்டம் ரத்தாகி விட்டதாம். சிவநேசனும் அவரின் நிலைமைப் புரியாதவனில்லை. திடுதிப்பென்று ஆர்டருக்கு எங்கே போவான், ஆனாலும் ஆறுதலாக வேறு ஏதாவது ஆர்டர் தேடிப் பார்க்கிறேன், இருந்தால் கையோடு கூட்டி வருகிறேன் என்றான். அப்படியே நடந்து கோவில் வாசலில் தூணில் சாய்ந்து விட்டார். காதில் பால்பாண்டியின் குரல் கடுமையாய் அதிர்ந்து கொண்டிருந்தது.

அம்மனுக்கு சீமாச்சுவின் வருத்தம் புரிந்ததா என்று தெரியவில்லை. கருவறையைப் பார்த்தார் எண்ணெய்ப் பிசுக்குடன் இருந்த பெரிய விளக்கில் தீப்பொட்டு மினுங்கிக் கொண்டிருந்தது. கண்களை மூடிக்கொண்டார். மதிய உணவு வேளை நெருங்கியிருந்தது. இருநூறு பேருக்கு உணவிருந்தும் சாப்பிடாமல் இடிந்து போயிருந்தார். கண்கள் வறண்டு போயிருந்தன. பழசெல்லாம் கண் முன் வந்தது.

பல வருடங்களுக்கு முன் ஒருநாள் சிங்கப்பூரிலிருந்து வந்திருந்த சித்தப்பா மகன், தனியாக இருந்து கஷ்டப்பட வேண்டுமா எங்களுடன் வந்து இருந்து விடுங்கள் என்று அழைத்தான். தம்பி மனைவியும் கூட நின்றுகொண்டு ஆமாம் போட்டாள். இவர்களின் கரிசனம் எந்த அளவிற்கு என்று

சீமாச்சுவிற்குத் தெரியும். சிங்கப்பூரில் சமையல் வேலை செய்வதற்கான ஆட்களுக்குச் சம்பளம் அதிகம் அதுவும் நேரப்படிதான் வந்து போவார்கள். சீமாச்சு என்றால் சம்பளம் தரத்தேவையில்லை. பிள்ளைகளைப் பார்த்துக் கொள்வார். முழு நேரமும் வீட்டோடு இருந்து கொண்டு வேலைகளையும் செய்வார். கேட்பதற்கு ஆள் கிடையாது. சமையலும் வீட்டு வேலையும் நறுவிசாக செய்து முடித்து விடுவார். ஒரு திருட்டு, புரட்டு, வம்பு பேச்சு, பழிச்சொல் இல்லை. அடிமையாக வைத்துக் கொள்ளலாம். அதுதான் கரிசனத்தின் காரணம். அவன் கையில் நூறு ரூபாய் கொடுத்து, பிள்ளைகளுக்கு எதுவும் தின்பண்டம் வாங்கிக்கொடுங்கள் எனக்கு வேலையிருக்கிறது என்று அனுப்பி விட்டார்.

ஆரம்பத்தில் கல்யாண வீட்டிற்கு உதவிக்குச் சென்று கொண்டிருந்தவரின் கைமணம் தனித்து ஆர்டர் பெறச் செய்திருந்தது. எத்தனையோ வருடங்களாகி விட்டது சமையல் தொழிலுக்குள் வந்து அடுப்பைப் பற்ற வைக்கையிலேயே சீமாச்சுவின் மனமும் முகமும் மலர்ந்து விடும். அது எத்தனை கவலைக் கஷ்டம் இருந்தாலும் சமையல் நல்லபடியாக வரவேண்டுமென்பதில் கண்ணும் கருத்துமாக இருப்பார். அவரது கைக்கு அப்படித்தான் மணக்க, மணக்க சமையல் ருசி வந்து அமர்ந்து கொண்டது. அவருக்குக் கீழ் இரண்டு பேரைப் போட்டு வேலை செய்யும் நிலைக்கு வந்து விட்டார். போதும் இதுவே, தொடர்ந்து ஆர்டர் கிடைத்தால் யதேச்சை. ஏதேதோ எண்ணங்கள் அவரைக் கட்டி இழுத்துக்கொண்டு போனது. கண்ணோரத்தில் உப்பு நீர் எட்டிப்பார்த்து பாரித்துக் கிடந்தது. அதைத் துடைத்து விடும் மனநிலை கூட அற்றவராக இருந்தார்.

யாரோ அருகில் வரும் சத்தம்...

"இங்க ஒன்னும் சனத்தைக் காணோமே.. கட்சி கூட்டம்னாங்க"

கண்கள் திறந்து பார்த்தார். நடுத்தர வயது பெண் ஒருவர் மங்கிப்போன ஊதாவில் சேலைக் கட்டி அதே மங்கிய ஊதாவில் ஜாக்கெட்டும் உடுத்தியிருந்தார்.

“என்னம்மா சொன்னீங்க?”

“கட்சிக் கூட்டம்னாங்க, இத நம்பி ஒலை வெக்காம விட்டுட்டோம். கூடமாட ஒத்தாச பண்ணினா ஒரு பொழுத இங்க ஓட்டிரலாம்னு நெனச்சா இங்க சந்தடி இல்லாம இருக்குது. எல்லாருக்கும் என்ன சொல்றது அம்மா மெஸ்ஸூம் இங்க இருந்து ரொம்ப தூரம். பசில இருக்காங்க எல்லாரும்”

“கூட்டம் ரத்தாயிருச்சாம்”

“ப்ச்”

“நீங்க எங்கேருந்து வரீங்க?”

“சங்குப்பேட்ட பக்கத்துல சமுதாயக்கூடம் இருக்குல்ல.. அங்கேர்ந்து”

அவருக்கு எதுவும் பேசத்தோன்றவில்லை. வந்தவரின் கையில் இருந்த போன் அழைத்தது. எண்கள் தேய்ந்து போன போனை எடுத்து “இரும்மா விசாரிச்சுட்டு வாரேன்” என்று வைத்தார். ரத்தான கூட்டத்தை என்ன விசாரிக்கப் போகிறார் என்றிருந்தது சீமாச்சுவிற்கு.. அந்தப் பெண் கோவிலை ஒரு சுற்றுச் சுற்றி வந்தார். தூணில் சாய்ந்திருந்த சீமாச்சுவிடம் கட்சிக் கூட்டத்தைப் பற்றி இன்னும் இரண்டுமுறைகள் கேட்டார். சீமாச்சு இயந்திரமாய் பதில் சொல்லிவிட்டுக் கண்களை மூடிக்கொண்டார். அந்தப் பெண் பேச ஆரம்பித்து விட்டார்.

“நான் மட்டும் தனியாளாத்தான் இருந்தேன். துறையூர் அகத்தியர் குடில்ல சாப்பிட்டுட்டு இருந்தேன். அப்பறம் ஒருநாள் அப்படியே அங்க வந்த கூட்டத்தோட ராமேஸ்வரம் போயிட்டேன். சொல்ற வேலைய செய்யறது, கிடைக்கறத ஆளுக்குக் கொஞ்சம் சாப்பிட்டுக்குவோம் வசந்தி புள்ளதான் அம்மா அம்மானு கூப்பிட்டு இருந்துச்சா.. அதான் அத விட்டுட்டு இருக்க முடியாம அவங்களோடயே கிளம்பி இங்க வந்துட்டேன். பசி தாங்காது வாடிப்போயிரும். போய் பாக்கறேன்.” என்று கிளம்பிச் சென்றார். அவரது காலுக்குச் சிறியதாக, குதிகால் பக்கம் தேய்ந்து இருந்த ரப்பர் செருப்பை அணிந்து, “இன்னைக்குதானே சொன்னாங்க..” பேசிக்கொண்டே

அவர் நடப்பதைப் பார்த்த சீமாச்சு தலைத் திருப்ப கருவறை அவர் கண்களில் விழுகிறது. வந்தபோது இருந்ததை விட, தீப்பொட்டு அதிகமாய் சுடர்ந்தது. கண்கள் மூடித் திறந்தார். தீப்பொட்டு உள்ளே அசைகிறது. சீமாச்சுவின் கண்கள், காலையில் எழுந்து கொள்ளும்போது இருந்ததைவிட கூடுதலாய் பளபளக்கின்றன.

“மாது மாதுக்குட்டி இப்ப போனாரே ஒரு அம்மா அவர கூட்டிட்டு வா” வேகமாகச் சொல்கிறார்.

“ஊதாப் புடவ மாமியா?” என்று சிட்டாகப் பறந்தான் மாது.

“என்னய்யா, எதுக்கு வரச் சொன்னீங்க? நான் ஒன்னும் இங்கருந்து எடுத்துட்டுப் போகலியே” குரலில் பதட்டம்.

“அப்படின்னா இப்போ எடுத்துட்டுப் போங்க! அம்மனே அனுப்பிருக்கா வாங்க”

“என்ன???”

“எத்தனப் பேர் தங்கியிருக்கீங்க எங்கத் தங்கியிருக்கீங்க?”

“நாங்க முப்பது நாப்பது பேர் இருப்போம் ரெண்டு கூட்டமா இருக்கோம். யாங்கேட்கறிங்க??”

அவருடன்தங்கியிருப்பவர்களைஅழைத்து வரச்சொல்லிவிட்டு சாப்பாட்டுப் பாத்திரங்களைப் பரிமாற எடுத்து வைக்கப்போனார். சிறியவரும் பெரியவருமாய் நாற்பது பேருக்கு மேல் வந்தனர். இரண்டு உதவியாளப் பெண்களும் சீமாச்சும் பரிமாறினர். உணவின் ருசியும் அவர்களின் தேவையும் இணைந்து, சாப்பிட்டவர்களின் முகத்தில் திருப்தி வழிந்தது. அதற்குள் சிவநேசு டூரிஸ்டு வேன் இரண்டும் ஒரு யாத்திரை பஸ்ஸும் பிடித்து வந்திருந்தான். கூட்டம் கைகளைக் கழுவி, உடைகளைத் திருத்திக் கொண்டு ஆர்வமாய் வந்தவர்களுக்குப் பரிமாறியது. ஒரு தனிச்சாப்பாட்டுக் கணக்கு வைத்து வந்தவர்கள் பணத்தை சிவநேசுவிடம் கொடுத்துவிட்டுச் சென்றனர். பாதகமில்லை. மீதியிருக்கும் சாப்பாட்டையும் எடுத்துச் சென்று இரவு உணவிற்கு வைத்துக் கொள்ளுமாறு சீமாச்சு கூற, கூட்டம் ஆரவாரித்தது. எடுத்துச்சென்ற சிறிது நேரத்தில் தட்டு ரிக்க்ஷாவில் பாத்திரங்கள் அனைத்தும்

பளிச்சென்று சுத்தம் செய்யப்பட்டு வந்திறங்கின. அம்மன் விளக்கு இன்னுமதிகமாய் சுடர் விட்டுக் கொண்டிருந்தது. சீமாச்சுவின் முகம் விளக்கிற்குப் போட்டியாகச் சுடர்ந்தது. அம்மன் காருண்யப் புன்னகையை வீசிக் கொண்டிருந்தாள்.

தீர்மானம்

மெர்ஸிக்கு இதெல்லாம் ஒன்றும் தெரியவில்லை. ஆனாலும் அதனை வெளிக்காட்டிக் கொள்ளாமல் நன்கு பழகியவள் போல பிரிட்டோ சொல்வதைக் கேட்டு ஆமாமாம் என்று தலையசைத்தாள். பொய்யாட்டம்!

"இங்கப் பாரு மெர்ஸி.. இனிமே எல்லாம் ஏறுமுகம்தான் எத்தனப் பேரு இந்த இடத்துக்கு நாக்கத் தொங்கப் போட்டுட்டு நிக்கறாங்கத் தெரியுமா உனக்கு முகவெட்டு இருக்கு. நான் போய் நல்ல ஆளா விசாரிச்சு இழுத்துட்டு வந்துடறேன். அப்றம் பாரு எப்படி வரிசைல வந்து நிக்கிறானுங்கன்னு"

"சரி சரி.. சம்பளம் மத்த விவரமெல்லாம் விசாரிச்சிட்டு வந்துருங்கண்ணா"

"சொல்லிட்டில்ல.. மத்தத நான் பாத்துக்கறேன்"

சரியெனத் தலையாட்டிவிட்டு, பழையதைப் புதியதாக மாற்றித் தரும் டிங்கர் செல்வத்திடம் சகாய விலையில் வாங்கியிருந்தக் காரில் ஏறி யூ டியூப் சேனல் ஒன்றின் பேட்டிக்குச் சென்றாள். பிரிட்டோ கண்டிப்பாகக் கூறிவிட்டான் இத்துடன் கடைசி இதுபோல் பேட்டிக்கென அவர்கள் இடத்திற்கு போவதை நிறுத்திக்கொள்ள வேண்டும். இனிமேல் அவர்களைத்தான் நாம் இடம், நேரம் சொல்லி வரச்சொல்ல வேண்டுமென்று.. பிரிட்டோ உறவுக்கார அண்ணன் இல்லை. இப்போதுதான் பழக்கம். காட்சி ஊடகங்களின் நெளிவு சுளிவுகளை அநாயாசமாக ஊதித் தள்ளுகிறான். இப்படி ஓர் அண்ணன் அறிமுகமானதில் மெர்ஸிக்கு அளவற்ற சந்தோஷம்.

இன்னும் கார் ஓட்டக் கற்றுக்கொள்ளவில்லை. சீக்கிரமே கற்றுக்கொள்ள வேண்டும். அம்மா அப்பா பக்கத்தில் இல்லை. வசதி வாய்ப்புக்காகத் தனியே வந்தாகிவிட்டது. பிரிட்டோ அண்ணன் ஒரு பி.ஆர்.ஓ வைத்துக்கொள்ள வலியுறுத்திக் கொண்டிருந்தான். அதற்குதான் இப்போது சம்மதம் தெரிவித்தாகிவிட்டது. இதுவரை சேமிப்பு என்று பெரிய அளவில் எதுவும் இல்லை. ட்ரைவர் படிக்காசுக்கும் மேக்கப் மற்றும் ஆடைகளுக்குமே செலவாகி விடுகிறது. என்ன செய்ய, இதுவெல்லாம் செய்துதானே ஆகவேண்டும். போன வாரம் முகத்தில் உள்ள கருமைத்திட்டுகள், குழிகள், மருக்களை நீக்குவதற்காக லேசர் ட்ரீட்மெண்ட், ஃபேஸ் மாஸ்க் என்று போனதில் இரண்டு வாரங்கள் அலர்ஜியால் வெளியே தலைகாட்ட முடியாமல் போனது. எப்போது சரியாகுமென்ற பதட்டம் தீவிரமாகித் தூக்கம் தொலைந்தது. ஃபீல்டில் இருக்கும் பலரும் வெளிநாட்டில் சிகிச்சை செய்துகொள்கிறார்களாம். அந்த அளவிற்கு இப்போது வசதியில்லை. ஆகட்டும் ஃபீல்டில் பிக் அப் ஆனபிறகு வெளிநாட்டுக்குப் போய் உதட்டை எடுத்துக் காட்டுவது போல தூக்கலாக ஒரு சர்ஜரி செய்துகொள்ள வேண்டும். இப்போது உள்ளூரில் எங்காவது சென்றால் பெரும்பாலானோர் அடையாளம் கண்டுகொள்கிறார்கள். இனிமேல் அதிகரிக்கும்.

பழைய மெர்ஸி தனியார் தொழிற்சாலையொன்றில் கணக்காளர் வேலை பார்த்தவள். அப்போதைய பரபரப்பான நிகழ்வொன்றிற்காக சினிமா தியேட்டர் வாசலில் கூட்டத்தில் ஒருத்தியாக நின்றுகொண்டிருந்தவளிடம் முன்னணி டிவி சேனல் கருத்து கேட்டது. தயக்கமின்றி படபடவெனப் பொரிந்து தள்ளினாள். அவள் கூறியது ஏற்புடையதா இல்லையா என்பதைத் தாண்டி அவளது தடையற்ற மொழி, எழுச்சி கொள்ளச் செய்வதாக நினைத்த இளவட்ட கும்பல் ஒன்று இதனை ஃபோட்டோ மற்றும் வீடியோவாக அலைபேசியில் பகிர்ந்து, பகிர்ந்து பரபரப்பாக்கியது. சேனலும் தன் பங்கிற்கு திரும்பத் திரும்ப ஒளிபரப்பியது. யூ ட்யூப் சேனல்காரர்கள் பேட்டி எடுத்துப் போட்டார்கள். டிவி நிகழ்ச்சி ஒன்றுக்கு அணுகினார்கள். தனிப்பட்ட முறையில் எடுக்கப்பட்ட ஸ்டில்ஸ்கள் ரீல்ஸ் அன்ட் ஷார்ட்ஸில் சுற்றிக்கொண்டிருந்தன.

பாதை மாறியது. கணக்காளர் வேலையை விட்டாள். டிவி நிகழ்ச்சிக்கு ஒப்புக்கொண்டாள். அது வேறு உலகமாய் இருந்தது. வெளியில் செல்வதென்றால் முகம் கழுவி ஒரு லோஷனை அப்பி பவுடர் போட்டு பொட்டு வைத்துக்கொண்டு கிளம்பிய நிலை மாறி எப்போதும் மேக்கப் பெட்டியைத் தூக்கிக்கொண்டே அலைய வேண்டியதாயிற்று. மேக்கப் ஆர்ட்டிஸ்ட் ஒவ்வொன்றுக்கும் தனித்தனியே இல்லை யென்றாலும் தலைமுடிக்கு மட்டுமாவது தனியாக வைத்துக்கொள்ள வேண்டும். முகத்திற்கு வேண்டுமானால் சுயமாகச் செய்துகொள்ளலாம் என்று முடிவு செய்தாள். மற்றப்படி போகும் டிவி நிகழ்ச்சிகளில் எல்லா பொறுப்பும் அவர்களுடையது. அவர்களே பார்த்துக்கொள்வார்கள். வெளி நிகழ்ச்சிகளுக்கு தானே தனியாகத் தயார் செய்துகொள்ள வேண்டும் என்பது தெரிந்தது.

செலவுகள் எகிறின. உடைகளுக்காக மாதம் பத்தாயிரம் பக்கத்திற்கு செலவழித்தாள். சினிமாவுக்குள் நுழையும் ஆசை இருந்தது. எனில், அதற்கேற்ப நடக்க வேண்டுமென்றார்கள். நினைத்த நேரத்தில் தியேட்டர், பீச், வழிபாட்டுத் தலங்கள், ஷாப்பிங் என்று தோழிகளுடன் ஆட்டோ, ட்ரெயின், பஸ் போன்ற பொது போக்குவரத்து வாகனங்களில் சுற்றியவளுக்கு இப்போது எங்கே சென்றாலும் கார் தேவைப்பட்டது. காரைப் பராமரிக்க டீசலுக்கு என தனியாக ஒரு தொகையை எடுத்து வைக்க வேண்டும். முன்பே சொன்னது போல ட்ரைவருக்கு சம்பளம், படி என்று செலவுக் கணக்கை கூட்டிக்கொள்ள வேண்டும். மக்களிடம் பிரசித்திப் பெற்றவர்கள் என்றால் ஒரு கடைத்திறப்புக்கு பத்தாயிரம் ரூபாய் கூட கிடைக்கும். இப்போது மெர்ஸிக்கு நாலாயிரம் தருகிறார்கள். போகப்போக அதிகமாகும் என்றார்கள். பாப்புலாரிட்டிக்கு ஏற்றார் போல் சம்பளம் கிடைக்கும் என்று தெரிகிறது.

"தீப்தி ஜெயகுமார பாத்தியா! நான் பாத்து வளத்து உட்ட பொண்ணு. நீயாவது புரோகிராம்க்கு நாலாயிரம் வாங்கற. ஆனா அது ஐநூறு ஆயிரம்னு வாங்கிட்டு இருந்துச்சு. இப்ப பாரு எங்கியோ போயிருச்சு. நீ அதவுட திறமையான பொண்ணு டாப்ல போயிருவ பாத்துட்டே இரு" என்னும் பிரிட்டோதான்

அகராதி 31

மெர்ஸிக்கு நம்பிக்கை டானிக். பலருக்கும் தெரிந்த முகமாகி விட்டதில் மெர்ஸிக்கு பெரிய மகிழ்ச்சி. நன்கொடை வசூலிப்பவர்கள் இரண்டு பேர் அடுத்தடுத்து வந்து உங்களுக்கென்ன மேடம் என்று பாராட்டினார்கள். நட்சத்திர அந்தஸ்து பெற்றுவிட்டோம் என்று புளகாங்கிதம் அடைந்தாள். செலிபரிட்டி! தான் ஒரு செலிபரிட்டி! நினைக்க நினைக்கப் பெருமிதமாக இருந்தது.

முகம், கை கால்களில் வளர்ந்திருக்கும் மெல்லிய மயிர்களை நீக்குவதற்கு மாதம் இருமுறை பியூட்டி கிளினிக்கில் இருந்து வருவார்கள். இந்த கிளினிக்கில் மிகவும் குறைந்த அளவில் சார்ஜ் செய்வார்கள் என்பதால் தொடர்ந்து வரவழைத்துக் கொண்டாள். தன் இடத்திற்கே வந்து செய்வதால் செலிபிரிட்டி ரேங்க் ஒன்று கூடுவதாக எண்ணம். யூ டியூப் சேனலுக்கு பேட்டி அளித்துவிட்டு வந்ததும் அவர்கள் வந்தார்கள். வேலை முடித்துக் கிளம்பும் தருவாயில் ஷ்யாம் சரண் வந்து கலாட்டா செய்தான். இன்னும் ஐந்து நிமிடங்கள் பொறுத்திருந்தால் அவர்கள் போயிருப்பார்கள். மெர்ஸிக்கு தலைவலியும் எரிச்சலும் சேர்ந்து வந்தது. முற்றிலும் பின்புலம் எதுவுமில்லாமல் தனித்து தனக்கென ஒரு பிம்பம் கட்டமைக்க பெரும்பாடு பட்டுக்கொண்டிருக்கையில் மனதைப் பிடுங்கி எறிவது போல் ஏதாவது நிகழ்ந்து சிதைத்துப் போட்டு விடுகிறது. ஷ்யாம் சரண் ஊடக வெளிச்சம் பட ஆரம்பித்த வேளையில் பழக்கமானவன். மாலை வேலைகளில் பப், பார்க் என்று சுற்றியிருக்கிறார்கள். மெர்ஸிக்கு அப்போது ஷ்யாமின் அருகாமை மகிழ்ச்சிதான் அளித்தது. தனியே ஒரு ஃபிளாட் எடுத்து தங்கினார்கள். மெர்ஸியின் முன்னேற்றத்திற்கு உறுதுணையாக இருப்பான் என்று நினைத்தாள். நாளாக நாளாக ஆளே மாறினான். அவனது எதிர்பார்ப்பு சராசரித் தன்மையானது என்றாள். வேலை வெட்டி என்று எங்கும் போக, வர முடியவில்லை. கட்டிப்போட்டு நடக்க வைப்பது போல் உணர்ந்தாள். மூச்சிரைக்க ஓட வேண்டிய இடத்தில் நடையே அபத்தம், இதில் கட்டியும் போட்டுவிட்டு நட என்றால், ஆகிற காரியமில்லை என பிரேக் அப் என்று முடிவு செய்து மெஸேஜை அனுப்பினாள். அரைமணி நேரம் கழித்து நன்றி என்று அனுப்பினான். ஆனால் இரண்டாம் நாளே நேரில்

வந்து கெட்ட வார்த்தையில் திட்டினான். டிவி சேனலில் உடன் நிகழ்ச்சித் தொகுத்தளித்தவனுடன் சம்பந்தப்படுத்திப் பேசினான். சரியாக அந்த நேரத்திற்கு யதார்த்தமாக வந்த பிரிட்டோ பதிலுக்கு சத்தம் போட்டு அனுப்பி வைத்தான்.

அன்றுடன் பிரச்சினை முடியவில்லை என்று இப்போது தெரிந்துகொண்டாள். “என்னடீ.. தொழில் பாக்க சிரைக்கறியா” பிரிட்டோ அண்ணனும் இல்லை. வந்திருந்த பெண்கள்முன் ஷ்யாம் சரண் பேசியது மிகுந்த ஆத்திரத்தைக் கொடுத்தது. அவனின் பேச்சு வெறும் கேள்வி கேட்பதாகவோ ஆற்றாமையுடன் பேசி மீண்டும் இணைந்துவிட விரும்புவதாகவோ இல்லை. முழுமையாக வசைபாடி அவளை அவமானப்படுத்தி விடுவது என்ற முஸ்தீபு கொண்டிருந்தது.. இந்த முறை மெர்ஸி வந்திருந்த பெண்களோ, ஷ்யாம் சரணோ எதிர்பார்க்காத வண்ணம் தானே வரிந்து கட்டி இறங்கினாள். பெரிய குரலில் ரெண்டடி முன்வந்து “ஆமாண்டா ங்கோத்தா.. அதுக்குதான் சிரைக்கறேன். உன்னால என்ன செய்ய முடியுமோ செஞ்சிக்க” கத்தினாள். ஷ்யாம் சரண் கொஞ்சம் தடுமாறி நின்றான். திரும்பச் சமாளித்து ஆரம்பிக்கும் முன் மெர்ஸி ஆத்திரம் குறையாதவளாக அவனது அம்மா, தங்கை, அவன் ஆணுறுப்பு எல்லாம் இழுத்துவைத்துப் பேசி பேயாட்டம் ஆடினாள். கண்கள் சிவந்திருந்தன. தலைமுடி கலைந்து முகத்தில் விழுந்திருந்தது. ஷ்யாம் சரண் குரல் தேய்ந்தவனாக முன்னைவிட அதிகமான வசவு வார்த்தைகளை முனகினான். அடுத்த சுற்றுக்குத் தயாரான மெர்ஸியைக் கண்டு பின்வாங்கி, “பாத்துக்கிறேன்டீ உன்ன” என் கறுவியவாறு வெளியேறினான்.

மெர்ஸி இரவு ஏழு மணிக்கு பிரிட்டோ அண்ணன் பரிந்துரைத்தபடி வக்கீலை அழைத்துக்கொண்டு ஏ-3 போலீஸ் ஸ்டேஷன் சென்று புகார் கொடுத்தாள். இரண்டு நாட்கள் கழித்து இருவரையும் ஸ்டேஷனுக்கு வரவழைத்துப் பேசினார்கள். கண் மை வாங்கிக் கொடுத்தேன், சுடிதார் வாங்கிக் கொடுத்தேன் என்று ஷ்யாம் சரண் உப்புச் சப்பில்லாதக் கதைகளை வழவழவென்று பேசிக்கொண்டிருந்தான். மெர்ஸி செய்த செலவுகள் எதையும் அவன் பேசவில்லை. பணமாகவே பெரிய தொகை கொடுத்திருக்கிறாள் இருந்தும் வாய்

திறக்கவில்லை. அவனது பட்டியலுக்கு இரண்டு நிகழ்ச்சிகளுக்காக வாங்கி வைத்திருந்த முன்பணத்தையும் விரலில் இருந்த மோதிரத்தையும் கழட்டிக் கொடுத்தாள். முன்பு போல் இவளை பயமுறுத்த முடியாது என்று நினைத்தானோ என்னவோ எதுவும் பேசாமல் விலகினான்.

மெர்ஸிக்கு அவன்மேல் தவறா தன்மேலா என்று யோசிக்கும் மனநிலை அப்போது இல்லை. பிரிட்டோ அண்ணனுக்கு போன் செய்து விவரம் கூறினாள். இன்று ஒரு கம்பெனிக்குப் போக வேண்டும் தயாராகி இரு என்றான். இப்படியே மூன்று வருடங்கள் ஓடிவிட்டது. இப்போது நிகழ்ச்சிகளுக்கு பத்தாயிரம் ரூபாய் வாங்குகிறாள். சில நேரங்களில் இருபதாயிரம் வரை கூட வருகிறது. குறும்பட வாய்ப்பு நாலு கைவசமிருந்தது. சீரியல் ஒன்றில் ஒப்பந்தமாகியிருக்கிறாள். சினிமா வாய்ப்புதான் இந்தா அந்தா என போக்கு காட்டிக்கொண்டிருந்தது. இன்னும் பி.ஆர்.ஓ வைத்துக்கொள்ளவில்லை. இப்போது பிரிட்டோ அண்ணன் சொல்லியது போல பி.ஆர்.ஓ வைத்துக்கொள்ள முடியும் என்று எண்ணினாள். வாரத்தின் இரண்டு நாட்கள் பப் சென்றாள். ஒரு நாளைக்கு 3500 என்று இரண்டு நாட்களுக்கு 7000 செலவானது. பிறகு ஒருநாள் மட்டும் போவது என்று முடிவெடுத்தாள். இடைப்பட்ட நாட்களில் யாரேனும் அழைத்துச் சென்றால் போவாள். பிரிட்டோ அண்ணனும் பட வாய்ப்புகளுக்காக முயற்சித்து வருவதாகக் கூறினான். பிரபலமான நடிக நடிகையர்கள் பெயர்களுக்குப் பின்னால் ஸார், மேடம் என்று சொல்லப் பழகியிருந்தாள். புதிதாக வெளிவந்தப் படங்களில் சம்மந்தப்பட்டவர்கள் எவ்வளவு கேவலமாக நடித்திருந்தாலும் ‘லெஜண்ட்’ ‘அல்டிமேட்’ ‘ஸ்டன்னிங் பர்ஃபாமென்ஸ்’ ‘சான்ஸ்லெஸ்’ என்று பேட்டிகளிலும் நிகழ்வுகளிலும் சொன்னாள். விழாக்களில் பிரபல நடிகர்களைச் சந்திக்கும்போது வாய்ப்பு கேட்கத் தவறுவதில்லை. பொய்யான உற்சாகமும் பொய்யான சிரிப்பும் எப்போதும் காட்டுவது வழக்கமாகி விட்டது. சிரித்த மாதிரி வாயை அகட்டி வைத்து, வைத்து வலிகூட வந்தது.

அன்று யூ டியூப் சேனல் ஒன்றின் விருது வழங்கும் நிகழ்வில் கலந்துகொண்டு அப்படியே பட விநியோகஸ்தர் ஒருவருடன்

பப் போனாள். இரவு முழுவதும் தூங்காமல் இருந்து இரண்டு மணிக்கு வீடு வந்தபோது உடலில் அத்தனை அசதி, அதைவிட மனதில் அதிகமாயிருந்தது. கண்கள் எரிந்தன. சுய பச்சாதாபமும் அழுகையும் பீறிட்டது. எல்லாவற்றையும் தூக்கிப் போட்டுவிட்டுப் போய்விடலாமா என்னும் யோசனை வந்தது. மனது அலுத்து சலித்துப் போன ஒருசில நேரங்களில் இப்படித் தோன்றுவது உண்டு. அப்படிப் போனாலும் செளகரியமாய் இருக்க முடியுமா? மற்றவர்கள் என்ன சொல்வார்கள், இத்தனை நாள் ஓடி வந்தது எதற்காக... போன் சத்தம் கேட்டு எடுத்துப் பேசியபோதுதான் தெரிந்தது. தான் ஏதேதோ நினைத்தவாறு அப்படியே தூங்கிப் போய்விட்டோம் என்பது.. டிவி நிகழ்ச்சியின் கோ ஆர்டினேட்டர் பேசினாராம் பிரிட்டோ அண்ணன் கூறினார் நேரில் பேசுவோம் என்று ஃபோனை வைத்தாள். ஷூட்டுக்கு நேரமாகி விட்டது. அவசரமாக எழுந்து குளித்துத் தயாரானாள்.

இரவு பி.ஆர்.ஓ பேச்சை இவளே ஆரம்பித்தாள். ஒருவழியாக மூன்று நடிகைகளுக்கு பி.ஆர்.ஓ-வாக இருக்கும் நபரைத் தற்போது ஏற்பாடு செய்துகொள்ளலாம் பிறகு பார்த்துக்கொள்ளலாம் என்று பிரிட்டோ அண்ணன் கூறினார். தனியாக மேனேஜர் வைத்துக் கொண்டால் இன்னும் வசதி. அது காலப்போக்கில் நிகழவேண்டிய பாக்கியம். அடுத்த நாள் காலையிலேயே புதிய எண்ணிலிருந்து அழைப்பு வந்தது. நேரடியாக விஷயத்திற்கு வந்தார் நியமிக்கப்பட இருந்த பிஆர்ஓ.. தன்னால் இயன்ற எல்லா உதவிகளையும் செய்து தருவதாகக் கூறினார். மாதச் சம்பளம் பேசிவிடுவோம் பிறகு வாய்ப்புகளுக்கேற்றவாறு அவ்வப்போது பெற்றுக்கொள்கிறேன் என்றார். அவர் பேசும் தொனியிலேயே மெர்ஸிக்கு நம்பிக்கை சுடர்விட்டது. ஒப்புக்கொண்டாள். முதல் வாரத்தில் தனது செல்வாக்கைப் பயன்படுத்தி உருவாகிக்கொண்டிருக்கும் படத்தில் ஒரு சப்போர்ட்டிங் கேரக்டர் வாங்கிக் கொடுத்தார்.

மேக்கப் ஆர்ட்டிஸ்ட், புதிதாக வாங்கிய கார் என்று செலவுகள் கூடிப்போனது. பி.ஆர்.ஓ அந்த மாத இருபத்தெட்டாம் தேதியே ஒரு தொகையைக் கூறி, தான் அனுப்பும் ஆளிடம் கொடுக்கச் சொன்னார். இரண்டு நாட்கள் கழித்து அனுப்புங்க என்று கூறி

ஃபோனை வைத்தாள். வரவேண்டிய ஒரு நிகழ்ச்சித் தொகுப்பாளர் வேலை கைமாறிப் போனது. டிவி சீரியல் எடுத்து முடித்தப் பிறகுதான் காசு வரும் என்றார்கள். சப்போர்ட்டிங் கேரக்டர்க்கு வாங்கியப் பணம் செலவாகிவிட்டது. சொல்லி வைத்தது போல பி.ஆர்.ஓ கேட்ட தொகை மட்டுமே வங்கி இருப்பாக இருந்தது. முழுவதையும் எடுத்துக் கொடுத்து விட்டாள்.

மெதுவாகச் சுழன்று கொண்டிருந்த மின்விசிறி போக்க மிஞ்சிய வெப்பத்தில் மார்புகளின் இடைவெளி, கழுத்தின் சுற்று, முதுகின் நடுக்கோடு, முழங்கை மடிப்பு என்று ஊற்றெடுக்கும் வியர்வையின் வழிதலை எரிச்சலின்றி உணர்ந்தாள். தவணையில் வாங்குவதற்கு சொல்லியிருந்த ஏசியை கடைக்குப் பேசி கேன்சல் செய்துவிட்டு எழுந்து ஜன்னல் கதவுகளை நன்றாகத் திறந்து வைத்தாள். ஜன்னல் வழியே வந்த வெளிச்சத்தில் கைகளில் மெல்லிய மயிர்கள் துளிர்த்து மின்னிக் கொண்டிருந்ததைத் தொட்டுத் தடவிப் பார்த்துக்கொண்டாள். வெளிவாசலில் பூனைகள் இரண்டு இடமிருந்து ஒன்றும் வலமிருந்து ஒன்றும் இவளைப் பார்த்தபடி ஓடின. பிரிட்டோ அண்ணனை ஃபோனில் அழைத்துப் பேசினாள். அரைமணி நேர பேச்சிற்குப் பிறகு, "இனிமே பிஆர்ஓ வேணாம்ண்ணா. நீங்களும் என்னைப் பாக்க வரவேணாம்" எனக் கூறிவிட்டு அழைப்பைத் துண்டித்தாள்.

நீலப்பூ

நீலக்கலர் அவனுக்கு மிகப் பிடிக்கும். உடுத்தும் பெரும்பாலான ஆடைகள் நீலக்கலரிலேயே இருக்கும்படி பார்த்துக் கொள்வாள். நீலத்தைக் கவனித்து, கவனித்து இவளுக்கும் அந்த நீலத்தின் மீது தணியாத மையல் வந்து விட்டது, நீலமே மையல் வண்ணம்தானே! நீலத்தில்தான் எத்தனை வகை! வானிலொன்று, வண்ண மயிலில் ஒன்று, கடலில் ஒன்று, கார்வண்ணனில் ஒன்று, ராணுவத்தில் ஒன்று, ராமனில் ஒன்று, விடத்தில் ஒன்று, விழியில் ஒன்று... விரிந்து கொண்டேயிருக்கும் வானின் அழகைப்போன்று திகட்டாத விந்தை இந்த நீலம்! உலகமே நீலத்தினால் ஆனது என்ற எண்ணம் அவளுக்குள் நீலச்சொட்டாய் விழுந்து உள் எங்கும் வியாபித்திருந்ததை விளக்க முடியவில்லை!

ஆளுயரக் கண்ணாடியின் முன் நிற்கையில் அவள் தோளில் முகத்தை வைத்து ஒட்டியபடி நிற்பான். இரண்டு மூன்று முறைகள் தொடர்ந்து இப்படி வந்து நின்றதன் பலன் எப்போது அவள் கண்ணாடி முன் தனித்தே நின்றாலும் அவள் முகத்திற்கு முன் அவன் முகமே கண்களில் சிரிப்புடன் தெரியும்.

வெளிர் நீலநிற ஆடை அணிந்தீர்களானால் மனம் அமைதியாயிருக்கும் என வண்ணங்களின் ஆராய்ச்சிகள் கூறியதைப் படித்திருக்கிறாள். இவனும் இவனது நீலமும் அமைதியின்மையைத்தான் கொடுக்கிறது. நீலநிற ஆடை அணிவதால் வெப்பத் தாக்குதல் குறையும். அவ்வளவு ஏன் விளையாட்டுகளுக்கான இந்திய நிறம், நோபல் விருதில், ஐ.நா சபை அலுவலகச் சின்னங்களில் எல்லாம் நீலம்தான்

என்று பள்ளியிறுதி ஆண்டு விளையாட்டு விழாவில் தலைமையேற்ற சிறப்பு விருந்தினர் கூறியதை அவனிடம் கூறினாள். பல் தெரியாமல் சிரித்தான். பாராட்டுவது போன்று இருந்த அந்தச் சிரிப்பிற்காக மேலும் சில தகவல்களைத் தேடிப் படித்துக் கூறினாள். கேட்டுவிட்டு இடுப்பில் இரு கைகளையும் கோர்த்து தரையிலிருந்து நின்றவாக்கில் இரண்டடித் தூக்கி இறக்கினான். பொன்மாலைப் பொழுதொன்றில் தென்றல் வருட நீலநிற ஆகாயம் காணும் கண்களில் ஆகாயம் முழுதும் அவனது முகமும் வண்ணமுமே தெரிந்ததை நினைத்து டியுட்டரெனோஃபியா என்னும் நிறக்குருடு வந்துவிட்டதோ எனவும் யோசித்தது உண்டு.

இங்கு வரவிருக்கும் தேதியையும் நேரத்தையும் இன்று மேலதிகாரியிடம் பேசிவிட்டுச் சொல்கிறேன் என்றிருக்கிறான்.

கொஞ்சமாய் வரையத் தெரியும். மலர்கள் பிடிக்கும். அதுவும் நீலக்கலரில் ஆழ்ந்து கிடக்கும் சங்குப்பூ மீது கூடுதல் பிரியம். வந்தவுடன் பரிசளிக்கவே இந்த ஊதாப்பூ. அதைத்தான் இம்மி இம்மியாக வரைய முற்பட்டுக் கொண்டிருக்கிறாள். மலரின் காம்பு பாகத்திலிருந்து ஆரம்பித்திருக்கவில்லை. இதழின் நுனியிலிருந்து கோடிழுத்து ஆரம்பித்தாள். இரண்டடி தாள் முழுதும் ஒரே ஒரு சங்குப்பூ வரையத் திட்டம். அகண்டு விரிந்திருந்த நுனிப்பகுதி தீட்டும் பொழுது அந்தத் தடிமனான தாள் மீது கிட்டத்தட்ட படுத்து வரைந்து கொண்டிருந்தாள். முதன்முதலில் அவனுக்கும் அவளுக்குமான தூரம் இப்படித்தான் மையப்பகுதி விட்டு அந்தந்தப் பக்க, நுனியில் இருந்தது.

*

ஷாப்பிங் மாலில் விரைந்து கொண்டிருந்த லிஃப்ட்டிற்குள் இருக்கையில், அவன் கீழ்தளத்தில் நின்றிருந்தான். நின்றிருந்த தோரணையும் அங்கிருந்து தெரிந்த அவனது ஒரு பக்கமும் கவர்ந்தது. ஓசைப்படாமல் அதே லிஃப்ட்டில் இறங்கிப்போய் பார்க்கலாமா என்று விளையாட்டாய்க் குறுகுறுத்த மனதை நினைத்துப் புன்னகைத்துக் கொண்டாள். சங்குப்பூவின் நுனியில் இந்த ஓரத்தை தீட்டிக் கொண்டிருக்கும் போது அந்த

ஓரம் எட்டாமல் மெனக்கெட வேண்டியிருந்தது. ஷாப்பிங் மாலில் அவன் ஒரு பக்கமும் இவள் ஒரு பக்கமும் சந்திக்க முடியாமல் பார்த்துக் கொண்டிருந்தது போல, அன்று அவன் பார்த்தது போலவும் இருந்தது பார்க்காததுப் போலவும் இருந்தது.

வீட்டிற்கு வந்து அவன் சிந்தனையே சுற்றியது. அவன் பார்த்திருந்து அவன் மனதிலும் இதேபோல என் நினைவு இருந்தால் திரும்பவும் சந்திப்போம். சந்திக்க வேண்டும். அந்த வியாழனன்று துர்க்கை அம்மனிடம் விண்ணப்பித்தாள். வெள்ளி எள் விளக்கிட்டாள். அடுத்த வாரம் அதே கிழமை, அதே இடம், அதே நேரத்திற்குச் சென்றிருந்தாள்.

இல்லை.

இரண்டாவது வாரம் திரும்பவும் போகச் சொல்லியது நினைவில் இருந்த அவன் உருவம்.

சென்றாள்.

*

பூவின் மத்தியப் பகுதிக்கு வந்திருந்தாள். பென்சிலில் கவனமாகத் தீட்டி அழுத்தமானத் தீற்றல் கொடுக்காமல் மெலிதாக அதே சமயம் நன்றாகத் தெரியும்படி தீற்றிக் கொண்டிருந்தாள். இது முடிந்த பின்தான் நீலத்தை அழுத்தமாய்க் கலக்க வேண்டும்.

*

ஷாப்பிங் மால் செல்லும் போது எந்த நம்பிக்கையில் வருகிறோம், எது நம்மை இங்கே நடத்திக்கொண்டு வருகிறது தனக்குத்தானே ஆச்சரியப்பட்டுக் கொண்டே விழிகளைச் சுழல விட்டாள். வந்திருந்தான். கறுப்பென்றால் ஒரு இடம் கூட விடாத நெருக்கமான அடர்த்தி மிகுந்த கறுப்பு. பளபளப்பான தோல். அகன்று பரந்திருந்த தோளின் கம்பீரம் தஞ்சமடையக் கட்டளையிட்டது. சிரித்தால் திகட்டாத அந்தச் சிரிப்பு திரும்பவும் எப்போது வாயில் அமரும் என்ற எண்ணத்தைத் தோன்ற வைத்தது. அரிதாகவே பல் தெரியச் சிரித்தான். பால் வண்ணத்தில் கரிய முகத்தின் மேல் அச்சுக் கொட்டியது பற்கள். திட பசும்பால்.

மறைத்தவற்றைக் கண்டுபிடித்து விடும் கண்கள் கொண்டவன்! ஒரு தரத்துக்கு மேல் இன்னொரு தரம் பார்த்தாலே கண்டுபிடித்து கருவிழி மேல் நின்று நகர்கிறது. துடிப்பும் உழைப்பும் சேர்ந்து வாகான உடல்..

மயிர்கள் சுருண்டிருந்த உறுதியானக் கைகளில் அணைந்து கொள்ள வேண்டும். ஒருமுறை பார்த்து நகர்ந்த பிறகும் அழிச்சாட்டியமாய் நகராமல் கண்களை நிறைத்து நின்று கொண்டது கறுப்பு வண்ணம். திரும்பியப் பக்கமெல்லாம் கண் மறைத்து நின்ற வண்ணத்தை மிகுந்த முயற்சி செய்து விலக்கி விலக்கி நகர வேண்டியிருந்தது.

நெருப்பு மாதிரியல்லவா மின்னுகிறது. மஞ்சளும் செந்நிறமுமாக இருக்கிற நெருப்பை அணைத்தால் வருகிற கரியின் கறுப்பு களை இழந்து போகிறது. ஆனால் இந்தக் கருப்பு மினுங்குகிறதே!

எப்படிப் பேசுவது, என்னப் பேசுவது? ஏதேனும் பேச வேண்டுமென்று மனம் உந்தியது. அவனுக்கும் இதே போன்று எண்ணம் இருக்குமா? தெரியாமல் எப்படிப் பேசுவது? இருவரும் ஒரே வரிசையில் பொருட்களைப் பார்த்துக் கொண்டிருந்தார்கள். “நீங்க இதே ஏரியாவா?” அவன்தான்... சட்டென்று வந்தக் கேள்வியில் திகைத்துப் போனாள்.

“இ.. இல்லைங்க”

“ஹோ ‘இல்லைங்க’க்குக் கூட இனிஷியல் இருக்கா!”

இறுக்கமும் பதட்டமும் தளர்ந்து சிரித்துப் பேசத்தொடங்கினாள். பேசினார்கள். அடுத்தடுத்த முறை என்று வேலை வைத்துக்கொண்டு அதே மாலில் சந்திப்புத் தொடர்ந்தது. அதை ஒட்டிய ரெஸ்டாரெண்டில் காஃபி நேரங்கள் அதிகரித்தன. பார்க், பீச், சினிமா தியேட்டரின் நேரங்களும் போதாமல் ஒருநாள் திருமணம் செய்து கொள்ளலாமென முடிவெடுத்து இவர்களே திருமணம் பேசி ஒரு நன்னாளில் செய்து கொண்டார்கள். சுற்றம் பின்னொரு நாளில் இணைந்து கொண்டது. இணைத்துக் கொண்டது.

*

பூவின் மையக்குழிவுப் பகுதிக்கு வந்திருந்தாள். அவனுடனான தனித்த பொழுதுகள் நினைவிற்கு வந்து மையப்பகுதியை வரைய இயலாமல் பென்சிலைக் கீழே வைத்து விட்டாள். வெளியில் சென்று சிறிது நேரம் ஆகாய நீலத்தை விழிகளில் விழுங்கினாள். தாகம் தீர்ந்த பறவைப் போன்று சிறிது ஆசுவாசம் அடைந்து உள்ளே வந்து மையப்பகுதிக்கு கனம் கூட்டக்கூட்ட விரல்கள் நெகிழ்ந்தன.

பூ கசிந்தது.

*

அவனுக்கு உடை மறைத்த இடம் ஒரு கலர், முதுகு ஒரு கலர், தொடை ஒரு கலர், வயிறு ஒரு கலர் என்றில்லை அத்தனையும் இடம் விடாமல் ஒரே அளவில், அடித்துக்கொள்ள முடியாத கறுப்பு மின்னல். மர்மப் புன்னகை! அப்படியே அவனைத் தன்மேல் அப்பிக்கொள்ளும் ஆசை வரும். ஒட்டிக்கொள்ள முடியாததால் அவளது எண்ணத்தின் வடிகாலாக கை காலென மாற்றி, மாற்றி கிள்ளி வைப்பாள். சிரிப்பான். அவனுக்குத் தெரியும் கிள்ளிய இடங்களில் முத்தங்கள் கிடைக்குமென...

*

பெருமூச்சுடன் இடைவெளி விட்டு ஒருவழியாக முடித்தாள். இன்னும் சில சின்னச்சின்ன ஒழுங்குகளைச் செய்து முடித்து வண்ணம் சேர்க்கும் பணியில் சிரத்தையாயிருந்தாள். அப்படியே கண்ணனின் நிறம். லேசாகத் தீற்றியிருந்த கோடுகளில் கொஞ்சம் கொஞ்சமாக நீலத்தைக் கலந்தாள். நீலம் அடர்ந்தது.

வெளிர் பச்சையை நடுவில் கொடுத்துவிட்டு நிமிர்ந்த போது தானே சங்குப்பூவாகி இருந்ததாய் உணர்ந்தாள். வரைந்தப் பூவின் மீது உடல் ஒட்டி, கன்னம் வைத்துப் படுத்துப் பார்த்தாள். இரண்டு நீலப் பூக்கள். வரைந்ததை எடுத்து வைத்துவிட்டு எழுகிறாள். வரையும் மும்முரத்தில் கவனிக்காத புடவை கடலலை நனைத்த மணல் போல அலைந்திருக்கிறது. பார்த்துக் கொண்டிருக்கிறாள்.

வீட்டில் இருக்கையில் அவன் உடுத்தும் மஞ்சள் வண்ண அரைவேட்டி அலைந்திருக்கும் போது கடலோர மணலெல்லாம் மஞ்சள் வண்ணமானது போலிருக்கும்.

அவன் நினைவுக்காக இந்த மேகநிறப் புடவையை உடுத்திக் கொண்டிருந்தாள். கண்ணாடியின் முன் நின்று புடவையை சரி செய்யாமல் பார்த்துக் கொண்டிருக்க, பிளவுசிலும் தோளிலும் நீலக்கலர் விரவிக் கிடக்கிறது.. கண்ணாடியில் தெரியும் தோள், அதனில் அப்பிக் கிடக்கும் நீலம். கண் விலக்காமல் அப்படியே பார்த்துக் கொண்டிருக்கிறாள். கண்ணாடி பார்க்கும் போதெல்லாம் தான் ஒரு கேள்வி போலவும் அவன் பதில் போலவும் தெரியும். பன்மையா? ஒருமையா? எனில் எது ஒருமை? எது பன்மை? பெண் உடல் கேள்வி. ஆண் உடல் பதிலென நினைத்துக் கொள்வாள். அவன் தன் தோளில் முகம் புதைத்துக் கொள்ளும் காட்சி, தனித்த பொழுதில் இதே தோளில் செல்லமாய்ப் பற்பதித்த தருணம், முகவாய்க் கட்டையை வைத்து தாங்கியாக்கிய நேரம் எல்லாமும் மங்கலானக் காட்சியாகிக் கண்முன் சுருங்குகிறது.

கண்ணாடியில் தெரியும் தன்னைக் கண்டு தனக்குத்தானே தோழியாக்கிப் பேசிக்கொள்கிறாள். பெரிய வேலை, கை நிறைய சம்பளம் என்று வெளிநாட்டிற்குச் சென்று விட்டவன் வருவதற்குள் தனது சின்னச்சின்ன ஆசைகளும் போய் விடுமோ, இளமையும் போய் விடுமோ என நொந்து கொண்டவளாகக் கூறினாள். "அடுத்த ஜென்மத்திலயாவது என் கூடவே இருக்கணும். இதோ இப்படிக் கலைஞ்சிருக்க புடவை, ஈஷியிருக்க மை, இந்தப் பூ எல்லாமும் பக்கத்திலேயே இருந்து பாக்கணும்" பொதுவாய் ஜீன்ஸ், குர்தி, சுடி என்று அணிபவள் அவனுக்குப் பிடிக்கும் என்று அவன் நினைவில் புடவை உடுத்தியிருந்தாள். எத்தனையோ முறை எடுத்துக் கூறியும் பிடிவாதமாய் வீடியோ அழைப்பைத் தவிர்த்து விடுவாள். இவள் அம்மா கூட சொல்லிப் பார்த்து அலுத்து விட்டாள். ஏக்கம் இன்னும் கூடுமென உறுதியாக மறுத்து விட்டாள்.

செய்தி பரிமாற்றமெல்லாம் செவிவழி அழைப்புகளில்தான். அதனை விட்டால் மெசேஜ். அவன் குறிப்பிட்ட நேரம் வந்து விட்டது மேலதிகாரியிடம் பேசிவிட்டுச் சொல்கிறேனென்ற நேரம் இது. டெலிகிராம் சத்தம் குயில் கூவுவது போல் நுண்ணிய இடைவெளி விட்டு இரண்டு முறை கேட்கிறது.

நாலு இலக்க பாஸ்வேர்டை நொடிக்கும் குறைவான நேரத்தில் தட்டச்சிட்டு ஓபன் செய்கிறாள்.

இந்த வருடமும் வர இயலவில்லை என்கிறது டெலிகிராம் மெசேஜ்.

கண்கள் மூட கருமை நிறம் உள்ளே அடர்ந்து பரவ, மிகத் தொலைவில் அவன் முகம் தெளிவற்று மங்குகிறது. கேள்விகள் அத்தனைக்கும் பதில் கிடைப்பதில்லை. மெதுவாகத் தனக்குள் சொல்லிக் கொண்டு அப்படியே வரைந்த நீலப்பூவை நெஞ்சோடு அணைத்துக் கொள்கிறாள். உடற்கூட்டில் சங்குப்பூவின் நீலம் வெளிறத் தொடங்கியிருந்தது.

பன்னெண்டும் பன்னெண்டு விதம்

ஏகாம்பரத்துக்கு சிறு வயதிலிருந்தே அதிலெல்லாம் பிடிப்பு இல்லை. ஆனால் விதி யாரை விட்டது! அவன் பிறந்து பேச ஆரம்பித்த உடனேயே அவனது அம்மாவும் அப்பாவும் என்ன நினைத்தார்களோ இரண்டு பஸ் பிடித்து சிவனே என்று கல்யாணத்திலிருந்து தப்பித்து தன்னந்தனி காட்டு ராணியாக உலா வந்துகொண்டிருந்த தனலட்சுமி அத்தையிடம் அவனை விட்டுவிட்டார்கள். தேர் திருவிழா என்று இரண்டு மூன்று முறை வந்து ஊருக்கு கூட்டிப் போனதோடு சரி. அதற்கு பிறகு இப்படி ஒருவன் இருப்பதையே மறந்து போயிருந்தார்கள்.

அப்படியும் இப்படியுமாக ஏழெட்டு வருடம் ஓடிவிட்டிருந்தது. தனம் தனது ஃப்ரீபேர்ட் வாழ்க்கைக்குக் கேடாக ஏகாம்பரம் வந்துவிட்டதை விரும்பவில்லை. கரித்துக் கொட்டிக் கொண்டிருந்தாள். ஒருநாள் பையன்களோடு விளையாடுகையில் உனக்கு இந்த உலகத்திலேயே யாரைப் பிடிக்கும் என்று மாற்றி மாற்றி கேட்டுக்கொண்ட விளையாட்டின்போது ஏகாம்பரம் “எங்க தனத்தத்தையதான் நொம்ப புடிக்கும்” என்றதை தனம் கேட்ட விநாடி முதல் கல்லுக்குள் ஈரமாய் அவள் தனி ராஜ்ய வாழ்க்கையில் ஏகாம்பரத்தையும் இணைத்துக் கொண்டாள் “என் ராசா”.

தனம் வாரத்தில் இரண்டு நாட்கள் பக்கத்தில் இருக்கும் அரிசி மில்லுக்கு வேலைக்குப் போவாள். அதுபோக கையில் இருக்கும் பணத்தை அக்கம்பக்கப் பெண்களிடம் வட்டிக்கு விட்டு வருமானம் பார்க்கிறாள். தூரத்து உறவுக்கார தாத்தாவின் வாரிசுகள் பட்டியலில் இவள் பெயரும் இருந்துவிட ஒரு

ஏக்கர் மேட்டு நிலம் சொத்தாக வந்து சேர்ந்திருந்தது. அதைப்பற்றி விசாரித்தால் தனத்தின் அப்பனைப் பெற்ற பாட்டிக்கு இரண்டு தாத்தாவாம். அந்த வகையில் இவள் பேத்தி என்று கோர்ட் சொல்லிவிட்டது. இவள் கைக்கு நிலம் வந்தநேரம் பார்த்து ஆளுங்கட்சிக்கு வேண்டிய உள்ளூர் எம்எல்ஏ ஒருவர் திடுதிப்பென்று மந்திரியாகி விட்டார். மருத்துவக் கல்லூரி, பல்கலைக் கழகம், அஞ்சு ரோட்டு வழி கொண்டு வருகிறேன் என்று பத்து நாட்கள் இனோவா கார்களில் தரிசு நிலங்களைச் சுற்றிச்சுற்றி வந்தார்கள். அதன் பலனாக காலியிடங்கள் கன்னாபின்னாவென்று விலை ஏற, தனத்தின் ஒரு ஏக்கர் நிலமும் எஸ்எல்வி ராக்கெட்டாக விர்ரென்று விலையேறி விட்டது. ஆயிரம் இருந்தாலும் ரத்த சம்மந்தம் என்று பெரிய மனது!? பண்ணி சொத்தை தன் பேருக்கு மாற்றிய கையோடு விற்பனை செய்தாள். உடனடியாக வந்த காசைக் கொண்டு ஒரு வீட்டைக்கட்டி குடியேறி விட்டாள். வீட்டைக் கட்டியதில் இருக்கும் மிச்சம் மீதிதான் வட்டியாகக் குட்டிப் போட்டுக்கொண்டு இருக்கிறது.

தீவிர சினிமா ரசிகையான இவள், கணவரை விரட்டிவிட்டக் கதை ஊருக்குள் பாதி பேருக்குத் தெரியாது. ஆசையாசையாக அவளின் ஆதர்ஸ ஸ்டைல் கதாநாயகன் படத்திற்கு போகும்போது மது போதையில் தடுத்து நிறுத்தினான். என் சினிமா பார்க்கும் ஆசையில் மண்ணள்ளிப் போடப் பாத்தியாடா என்று கோபம் தலைக்கேற, கையில் கிடைத்ததை விட்டெறிந்தாள் "தாயோலி.. இனிமே கண்ணு முன்னாடி நிக்காத." அகஸ்மாத்தாக விட்டெறிந்தது அவனது தலையைப் பதம் பார்த்து விட, வெயிலோடு வெயிலாக வழியில் வந்த லாரியில் ஏறியவன்தான் அப்புறம் இந்தப் பக்கம் தலைவைத்துப் படுக்கவில்லை. ஏகாம்பரம் ஒன்றும் மக்கு மந்தாணி இல்லை. உங்களுக்கு விளங்கும்படியாகச் சொல்ல வேண்டும் என்றால் எட்டு வயதிலேயே அத்தை அந்தப் பக்கம் மரத்தில் சாய்ந்து கொண்டு நிற்பதைப் பார்த்துவிட்டு உடன் விளையாடும் பையன்களிடம் தனம் அத்தையையே மிகப் பிடிக்கும் என்று அவள் காதில் விழும்படியாகச் சொன்னவன், அவள் நிற்பதை உறுதி செய்து கேள்வி கேட்கும் விளையாட்டை ஆரம்பித்து வைத்தவனும் இவன்தான்.

பள்ளிக்கூடத்துக்கு நினைத்தால் போவான். நினைத்தால் விடுமுறை எடுத்துக் கொள்வான். தனம் ஒன்றும் அதைப் பெரிதாக எடுத்துக்கொள்ளவில்லை.

“அது கெடக்கு கழுத நீ வெளையாடு சாமி”

பள்ளிக்கூடத்துக்குப் போக விரும்பாததற்கு முக்கியக் காரணங்களில் ஒன்று உள்ளாடை அணியச் சொல்வது. அவன் வயதொத்த பிள்ளைகள் எல்லாம் போட்டுக்கொண்டு திரிந்தார்கள். போட்டுக் கொள்ளட்டும் எனக்கென்ன வந்தது என்றிருந்தவனை சுற்றியிருந்தவர்கள் விடவில்லை. இன்டர்வெல் பீரியடில் சிறுநீர் கழிக்க கூட்டாகச் செல்லும் போது உள்ளாடை அணியாததைக் கண்ட ஒருவன் இவனைப் பார்த்து ‘அய்யய்யே’ என்று ஆரம்பித்து வைத்தான். உடனே மற்ற பையன்களும் அதை பின்பாட்டாகப் பாடினார்கள். இதற்காக சிறுநீர் கழிக்க தனியிடம் தேடித்தேடிப் போக வேண்டியிருந்தது. ஆனாலும் இவனுக்கு மட்டும் அதனோடு ஒட்டும் வரவில்லை, உறவும் வரவில்லை.

அவர்களுக்காகவே ஏகாம்பரம் ஒன்றுக்கு பலமுறை முயற்சி செய்து பார்த்தான். ஆர்வக்கோளாறு பையன்கள் பள்ளியில் சொல்லிச் சொல்லி ஆசிரியர் வரை சென்றுவிட்டது. சுந்தரி டீச்சர் வழியில் பார்த்த தனத்திடம் “டீசன்டா இருக்கணுமில்ல பொண்ணுகளும் சேந்து படிக்கற இடம். நல்லா டிரஸ் பண்ணி அனுப்புங்க” என்றது சுத்தமாக தனத்திற்கு புரியவில்லை. ஏகாம்பரம் தன்னைப் பிடிக்கும் என்று சொன்ன ஒரு வார்த்தைக்காக உயிரையே எல்லாம் அவன்மீது வைத்து இருக்கவில்லை. ஒரு மென்மை போக்கு அவ்வளவுதான். ‘சரி இருந்துட்டுப் போய் தொலையட்டும்’ ஆனால் அவன் மேல் பாசம் இருப்பதாக சினிமாவுக்குப் போகாத நாட்களில் வட்டிக்குப் பணம் வாங்கவரும் பெண்களிடம் வராத அழுகையை வந்தது போல் காட்டிப் பேசுவாள். அதில், தான் பார்த்த சினிமாக்களின் வசனங்களை இடைச்செருகலாகச் செருகி நீட்டி முழக்கலில் அவளுக்கொரு குதூகலம். அப்பெண்கள் பணம் வாங்கும்வரை நெளிந்துகொண்டே நிற்பார்கள். “கழிச்சல்ல போறவ சட்டு புட்டுனு பணத்தக் கொடுக்கறாளா பாரு.. இவ போடற ஸீனுக்கு நாம பலியாடு”.

தனம் அப்போதுதான் அரிசி மில்லிலிருந்து வந்து கொண்டிருந்தாள். மேலெல்லாம் உமியின் நமைச்சல். போதும் போதாதற்கு டிவியில் மதிய நாடகம் பார்க்கும் நேரம் வேறு தாண்டிக் கொண்டிருந்தது. போய்க் குளித்துவிட்டு தட்டில் மதிய சாப்பாட்டைக் கொட்டிக்கொண்டு டிவி முன் உட்கார வேண்டும் என்று திட்டம். இதற்கு நடுவில் இந்த டீச்சர் வந்து நிற்கிறாள். தனக்குள் முணுமுணுத்துக் கொண்டாள் 'வச்சி சோறு போடறதே பெருசு. பரதேசி என்ன பண்ணி வச்சுதோ தெரியல. இவ வேற உசுர வாங்குறா'

உடனடியாக பேச்சை வெட்டிவிட்டு வீட்டுக்குப் போகவேண்டும் என்று நினைத்தாள். அவசரமாக "இனிமே அதெல்லாம் செய்யக் கூடாதுனு சொல்றேங்க" என்றதும் சுந்தரி டீச்சர் டென்ஷனாகி "உள்ள வெளிய போடறது போட்டு அனுப்புங்க" என்று கூறிவிட்டு போய்விட்டார். வீட்டுக்கு வந்து ஏகாம்பரத்திடம் பேசியப் பிறகுதான் சேதி புரிபட்டது.

"முளச்சி மூனு எல விடல இதுலாம் மாட்டியாவனுமாக்கும்" என்று சொல்லிவிட்டாலும் டீச்சர் வார்த்தைக்கு மதிப்புக் கொடுத்து கூட்டிப்போய் ரோட்டுக்கடையில் ரெண்டு வாங்கிக் கொடுத்தாள். ஒரு வாரம் பல்லைக் கடித்துக்கொண்டு பள்ளிக்கூடத்துக்கு அணிந்து போனான். கருமத்தை எப்போது கழட்டி எறிவோமென்றுதான் அவனுக்கிருந்தது. வழியிலேயே வேப்ப மரத்தின் பின்னால் சென்று கழட்டித் தலையில் போட்டுக் கொண்டு வந்தான். ஏகாம்பரத்துக்கு அப்படியே காத்து வெயிலென்று அனுபவித்துக்கொண்டு ஆடல் பாடலாக இருக்க வேண்டும்.

தனத்திற்கு சினிமா, நாடகங்கள் பார்ப்பதும் அதன் நினைவிலேயே கற்பனை செய்துகொண்டு கண்களைத் திறந்தமேனிக்கு கனவு காண்பதும் முழு நேர வேலை. பகுதி நேரத்தில் வட்டிக்கு விடுவது, ஏகாம்பரத்தை ஏசுவது, அவ்வப்போது அரிசி மில் வேலைக்குப் போவது, ஊர் பெண்களிடம் கதை பேசுவது இத்யாதிகள். வட்டிக்கு பணம் வாங்க வரும் பெண்களிடம் இவளது ஃப்ரீபேர்ட் வாழ்க்கையைப் பீற்றிக்கொள்வதில் ஒரு அலாதி சுகம் அனுபவித்தாள். அவர்கள் கண்களில் பொறாமை கொப்பளிக்க

அன்று கூடுதலாகக் கட்டியவனை இழுத்துப் போட்டு எகிறி எகிறி வசவு வார்த்தைகள் அத்தனையையும் கொட்டித் தீர்ப்பார்கள். ஏகாம்பரம் போய் பார்த்துவிட்டு வந்து தனத்திடம் சொல்லிக் கொண்டிருப்பான். அப்படிச் சொல்வதினால் தீனி தின்பதற்குக் கிடைக்கும் வாரப்படி பத்து ரூபாயோடு ரெண்டு ரூபாய் கூடும் என்பது இவன் கணக்கு. “முக்கு வீட்டுல இன்னைக்கு மண்டகப்படியத்த”.

அத்தை சினிமாவுக்கு போயிருந்தப் பொழுதொன்றில் வேப்ப மரத்தடியில் நாடா கட்டிலை எடுத்துப்போட்டு மல்லாந்து படுத்து நீளமாகவும் விரிவாகவும் சிந்திக்கையில்தான் அவனுக்கு ஒன்று புரிந்தது. டீச்சர் கண்டித்ததற்காகவோ அத்தை வாங்கிக் கொடுத்ததற்காகவோ அதை தான் போட்டுக் கொள்ளவில்லை. பையன்களின் கிண்டல் தாங்காமல்தான் அதைப் போட்டுக் கொண்டோம். இப்போது நமக்குத் தேவை இன்னும் ரெண்டு பீஸ் இல்லை. பையன்களிடமிருந்து தப்பிக்க ரூட்டு. ‘மறைப்போம்’ என்ற முடிவுக்கு வந்தவனாய் வழி கிடைத்த மகிழ்ச்சியில் அவுட்டானதைச் சொல்லும் அம்பயர் போல் இரு கைகளையும் தூக்கிச் சிரித்தான்.

பார்த்த சினிமா பிடிக்காத கடுப்பில் வந்த தனம் “நாசமா போறவனுக்கு சிரிப்ப பாரு” என்று காலியான பச்சைக் கலர் தண்ணீர் பாட்டிலை அவனை நோக்கி விட்டெறிந்தாள். ‘ஹ.. ஹா’ பழிப்பு காட்டிச் சிரித்தான்.

கிடைத்த ரூட்டுப்படி அத்தையிடம் கெஞ்சிக் கடைக்குக் கூட்டிப்போய் ஏகாம்பரமே தேடித்தேடி நான்கு டவுசர்களை வாங்கினான். கூடவே யூனிஃபார்ம் துணி ரெண்டு டவுசர் அளவுக்கு கிழித்து வாங்கினான். நேராக டைலரிடம் போய் ரெடிமேடாக வாங்கிய நாலு டவுசர்களையும் காண்பித்து அதுபோல மொத்தமானத் துணியில் முழங்கால் வரை இறக்கம் கொடுத்து தைக்கச் சொன்னான். பிறகு பள்ளிக்கூடத்தில் பையன்களோடு சேர்ந்து நின்று சிறுநீர் கழிக்காமல் தனியே போய்க்கொண்டான் “இம்ச புடிச்சவனுகளா”

காலப்போக்கில் மாற்றம் நிகழ்வது இயல்புதானே நம் ஏகாம்பரம் மனநிலையிலும் மாற்றம் நிகழ்ந்தது சுகந்தியின் வருகையினால். பத்தாம் வகுப்பு படித்துவிட்டு பக்கத்தில்

இருந்தக் கல்லூரியில் டிப்ளமோ சேர்ந்து முடித்தான். பிறகு ஒரு தனியார் கம்பெனியில் வேலை கிடைத்தது. அங்குதான் சுகந்தி சூபர்வைசராக வேலை செய்தாள். புதிதாக வேலைக்குச் சேர்ந்த ஏகாம்பரம் சந்தேகம் கேட்பதற்காக அவளது வேலையை முடித்துவிட்டு வரும்வரை காத்திருந்தான். அமைதியான காத்திருப்பே அவளைக் கவர்ந்து விட்டதாகக் கூறினாள். ரெண்டு பேர் சம்பளம் கூட்டிக் கணக்குப் பார்த்தான். சரி என்று மனதிற்கு பட்டது. சுந்தரி டீச்சர் மேல் இருந்த பிரேமை சூப்பர்வைசர் சுகந்தி மீது பார்த்த உடனேயே இருபது மடங்காக வந்துவிட்டது. அதனால், இதனால் என்று உடனே காதலைச் சொல்லி கமிட்டாகிக் கொண்டான்.

சுகந்தி நன்றாக ஆடைகள் உடுத்துவாள். உட்கார்ந்து எழுந்து கொள்ளும்போது பின்பக்க சுடிதார் கசங்களைக்கூட விரும்ப மாட்டாள். அலுங்காமல் உட்கார்ந்து எழுவாள். ஏகாம்பரத்தின் ஆடைகள் மீதும் கவனம் செலுத்தினாள். அப்போதுதான் இவனுக்கு உறுத்தல் ஆரம்பித்தது. இதுவரை மறைக்கவென்று தேர்ந்து ஆடைகள் அணிவான். இந்த வாரம் ஞாயிற்றுக்கிழமை வெளியே போகலாம் என்று இருவரும் ப்ளான் செய்திருந்தார்கள். போவதாகத் திட்டம் வகுத்து வைத்திருக்கும் இடம் தீம் பார்க். நனைய வேண்டியிருக்கும். ஏகாம்பரத்திற்கு இது சிக்கலான நிலை. வேறு வழியின்றி உடன் வேலை பார்க்கும் நண்பனிடம் பேசினான். நண்பன் ரகஸியமாகக் காதில் இரண்டு வாக்கியங்கள் பேசிச் சிரித்தான். அப்புறம் அவனது சித்தப்பா ஒருத்தர் இன்றும் கூட இப்படியேதான் திரிகிறதாகச் சொன்னான். ஏகாம்பரத்திற்கு மனது ஆயாசமாய் இருந்தது. இது ஒன்றும் அதிசயமில்லை என்ற எண்ணம் தெம்பைக் கொடுத்தது. சுகந்தி ஒரு நவநாகரீகப் பெண். பலவாறாக யோசித்ததில் இறுதியாக சரி இனிமேல் முயற்சி செய்து பார்க்கலாம் என்ற முடிவிற்கு வந்தான்.

கடைக்குச் சென்று ஒரு டஜன் அள்ளி வந்தான். வந்து அணிந்தவுடன் ஒரு மாதிரியாய் இருந்தாலும் சிறிது நேரத்தில் 'சரி' என்ற மனநிலை வந்தது. பிறகு பிடிப்பும் வந்தது. புதிதாக அணிந்தவுடன் கண்ணாடிமுன் நின்று பார்த்தான், குனிந்து பார்த்தான், திரும்பிப் பார்த்தான். ஊரில் எல்லோரையும் விட

தனக்கே மிக அழகாக இருப்பதாக நினைத்தான். பீற்றல் விதிப்படி மிக அழகாக இருப்பதை யாரிடமாவது காட்ட வேண்டும் இல்லையா! வலிய இழுத்துக் கொண்டு போய் இதோ பார் எனக் காட்ட முடியாது. இது ஒரு இக்கட்டான சூழ்நிலை! என்ன செய்வது என்று யோசித்தான். பள்ளிக்கூடத்தில் 'அய்யய்யே' என்று முதலில் சொன்னானே மூக்கொழுகி பாபு அவனைப் போய் பார்த்தான். வாடா ஆத்துக்கு குளிக்கப் போகலாம் என்று அழைத்தான். அவனுக்கு காதில் வாடா தண்டவாளத்தில் தலையைக் கொடுக்கலாம் என்று விழுந்தது போல கொடூரமாக முறைத்தான்.

பின்னர்தான் ஏகாம்பரம் ஸாருக்கு (ஆமாம் அப்படித்தான் சுகந்தி முதன் முதலில் அழைத்தாள்) நினைவு வந்தது. ஆற்றில் நீர் வந்து வெகு காலமாகி அது தற்போது கிரிக்கெட் கிரவுண்டாகக் கிடக்கிறது என்பது! அதற்காக அப்படியே போய்விட முடியுமா.. நம் ஆசை என்னாவது என்று எண்ணியவன் "பேண்ட் டைட்டா இருக்கு மாப்பிள்ள.. உன் லுங்கி கொடு.. போறப்ப பேண்ட்டை டைலர்கிட்ட கொடுத்துட்டுப் போறேன்" என்றான். இவனின் வித்தியாசமான நடத்தையைப் பார்த்து முழித்த நண்பன் 'சரி வா' என்று வீட்டினுள்ளே அழைத்துப் போய் அவனுடைய அறைக்குள்ளிருந்த லுங்கியை எடுத்துக் கையில் கொடுத்து விட்டு வெளியேறி விட்டான்.

ஏகாம்பரத்துக்கு வருத்தமாகப் போய்விட்டது உடனே ஒரு ஐடியா தோன்றியது. அதன்படி கால்சராயைக் கழட்டியக் கையோடு அறையிலிருந்து கூடத்திற்கு திக் விஜயம் செய்தான். அங்கு வந்த சிறுபெண் 'அய்யய்யே' என்று குதித்துக் கொண்டு வெளியே ஓடியது. சத்தம் கேட்டு வந்த நண்பன் தலையலடித்துக் கொண்டான். நண்பனின் அசுவாரஸியத்தையோ, கோபத்தையோ கண்டு நம் ஏகாம்பரம் அலட்டிக் கொள்ளவில்லை. அவனுக்கு இருந்தக் கவலையெல்லாம் "தூத்தேறி இப்பவும் பாக்கலியாடா"

அப்படி இப்படியே ஒரு வாரம் ஓடியப் பிறகு பிடிப்பு வந்த மகிழ்ச்சி கூடியது. கடைக்குச் சென்றான். எந்தெந்த விதத்தில் இருக்கிறதோ எல்லாம் எடுத்துப்போடச் சொல்லிப் பார்த்தான். பிறகு அனைத்திலும் ஒவ்வொன்றை எடுத்துப்போடச் சொல்லி

பார்த்தால், பன்னிரெண்டும் பன்னிரெண்டு விதமாக இருந்தது. ஒன்றையும் விட்டுவிட மனமில்லை. எல்லாவற்றையும் வாங்கினான். அனைத்தையும் வாங்கியதில் அளவில்லா ஆனந்தம் பொங்கியது.

இதை எப்படி எல்லோரிடமும் காட்டுவது என்று அடுத்தக் கவலை பிறந்தது. ஆனால் இந்த முறை காட்டியே ஆக வேண்டும் என்று முடிவு செய்தான். புதிதாக வாங்கிய எல்லாவற்றையும் அதனதன் பையிலிருந்து பிரித்து எடுத்தான். வாளிக்குள் போட்டான் தண்ணீர் பிடித்து ஊற்றினான். பிழிந்தெடுத்துக் கொண்டு வாசலுக்குப் போனான். வேப்பமரத்திற்கும் மூங்கில் கம்பிற்கும் இடையே ஒரு கயிற்றைக் கட்டித் தனித்தனியாக க்ளிப் மாட்டித் தொங்க விட்டான். பன்னெண்டும் பன்னெண்டு விதம்.

குறிப்பு: சினிமா விட்டுவந்து கொடியைப் பார்த்த தனம் சொன்ன வார்த்தைகள் தனிக்கதை.

கறுப்பு வண்ண மாயப்பெட்டி

பிறந்து இரண்டாவது வாரத்திலிருந்து அவள் சீமாட்டி. பிறந்த ரெண்டாவது வாரத்தில்தான் 'சீமாட்டி' என்று அவள் அப்பா பெயர் சூட்டினார்.

ஐந்து பிள்ளைகளில் மூன்றாவது. ஆயிரத்து தொள்ளாயிரத்து அறுபதுகளில் அவள் சிறுமி. முழங்கால் உயரத்துக்கு அரைப் பாவாடையும் கையில்லாத மேல் சட்டையும் போட்டுக்கொண்டு கரகரவெனச் சுற்றுகையில் பாவாடை அப்படியே அந்தரத்தில் நிற்காதா என்று ஏங்கியச் சிறுமி. அப்பா வாங்கிவரும் வாரப்புத்தகத்தின் உள்பக்க அட்டையில் அப்படிப் பாவாடை குடையாக இருக்கும்படி ஒரு சிறுமி நின்றாள். பக்கத்துவீட்டு அக்காவிடம் கேட்டபோது அப்படிச் சுற்றவைத்து ஃபோட்டோ பிடிப்பார்கள் என்றாள். சுற்றிக்கொண்டிருக்கும் போது நேராக நின்று முகத்தை ஃபோட்டோவுக்கு எப்படிக் காண்பிப்பது என்று நினைத்துக்கொண்டே அன்று இரவு தூங்கினாள். விடிந்ததும் தோன்றிய முதல் கேள்வி யார் நம்மை அப்படி ஃபோட்டோ பிடிப்பார்கள்..?

சாலையில் நடக்கும்போது விளையாடும்போது எங்கிருந்தோ கேமராவின் கண்கள் தன்னைப் பார்த்துக் கொண்டிருப்பதான எண்ணமே சீமாட்டியிடம் மேலோங்கியிருந்தது. அம்மா அப்பாவுடன் சினிமா பார்க்கும்போது சீமாட்டிக்கு வரும் சந்தேகங்களை ஒரு லாரியில் ஏற்றலாம். ஆனால் வாய் திறந்து கேட்க மாட்டாள், முடியாது. பதில் அடியாகவோ திட்டாகவோ வரும் அரிதாகச் சிலநேரங்களில் குதர்க்க மறுமொழியும் வரும்.

"படிச்சு கிழிச்சிட்ட.. இப்ப இது ஒன்னுதான் தெரியணுமாக்கும்". அவளாக யோசித்து அவளாகக் கேள்வி

கேட்டு அவளாக ஒரு புதிய பானத்தைப் போன்று பதில்களைத் தயாரிதது்க் கொண்டாள்.

சினிமாவில் அவள் வயதொத்த சிறுமிகள் உயரமான இடத்திலிருந்து மிதந்துவந்து இறகாகத் தரையில் இறங்கிப் பூவாகச் சிரித்தார்கள். கவுன் பறக்க அவர்கள் இறங்குகையில் அப்படியே அந்தரத்தில் நிறுத்தி ஃபோட்டோ பிடித்தார்கள் பெற்றோர்கள். இந்தக் காட்சி சீமாட்டியைத் துவம்சம் செய்தது. கனவுகளில் அவள் காற்றில் மிதந்துகொண்டிருந்தாள். கதாநாயகி ஒரு காலெடுத்து அடுத்தக் காலை எப்படி வைக்கிறாளென்றே தெரியவில்லை. பஞ்சு போல காற்றில் மேலெழும்பி இறங்கிய காட்சியை கதாநாயகன் ஃபோட்டோ எடுத்தப் பிறகு கடகடவென்று நடந்து வந்தாள். முதலில் இப்படி மேலெழும்பி இறங்கக் கற்றுக்கொள்ள வேண்டும். அப்பறம் யாரேனும் படம் பிடித்தால் அப்படி நின்றுகொள்ளலாம் என்று சீமாட்டி நினைத்தாள்.

ஒருநாள் அவளைத் திண்ணையில் அமர்த்திவிட்டு சமையலறைக்குள் சென்றுவிட்டாள் அம்மா. வீதியில் பக்கத்துவீட்டு அக்காவுடன் தெருப்பிள்ளைகள் விளையாடிக் கொண்டிருந்தனர். எதிர்வீட்டுப் பாட்டி "வாடி ராசாத்தி" என்று தூக்கினார். போகாமல் அடம் பிடித்தாள். எப்போதும் போய்விடுவாள். இப்போதோ அவளுக்கு வேறொரு முக்கியமான வேலை இருந்தது. அதனால் மறுத்து திண்ணையில் முன்பகுதியில் அமர்ந்து கொண்டாள். உயரமான திண்ணை கீழே குனிந்து பார்த்தாள். பசுஞ்சாணம் தெளித்து கூட்டப்பட்ட வாசல் தெரிந்தது. சட்டென்று திண்ணையிலிருந்து கீழே குதித்தாள். முட்டிப்பெயர்ந்து ரத்தம் கசிந்தது. நாம் ஏன் காற்றில் மிதந்து வந்து இறங்கவில்லை. அப்புறம் எப்படி ஃபோட்டோ எடுப்பார்கள் என்ற கேள்வி மனதைக் குடைந்தது.

"என்னடீ முழிச்சுக்கிட்டே கனவு காணுற.. தெரியாத்தனமா சீமாட்டினு பேர் வச்சிட்டோம். பாரு சீமாட்டியாட்டந்தான் திரியுது. பெரிய மகாராணி!"

பாராட்டு வார்த்தைகளில் வசவுகள் புதிததல்ல அவளுக்கு.. என்ன எதிர்வினையாற்றுவது என்று தெரியவில்லை. சில சமயங்களில் கோபமாக எதையாவது சொல்லி மேலும்

திட்டுகளைப் பெற்ற பிறகு தெரிந்தது. முதல் திட்டுக்கான பதில் கணக்கில் எடுத்துக் கொள்ளப்படுவதேயில்லை. எதிர்வினையாற்றுகையில் திட்டுகள் செங்கல் செங்கலாக அடுக்கப்பட்டு முறைப்பாக கான்க்ரீட் பூசப்பட்டன. உடைத்து வெளியேறத் தெரியாத பத்து வயதில் மௌனித்து மௌனித்து முப்பதுக்கான சிந்தனையும் தனித்தழும் போக்கும் வந்துவிட்டது.

வீட்டில் மூத்த அக்காளுக்குத் திருமணம். மாப்பிள்ளைக்கு நண்பனாக வந்தவன் கறுப்புக் கலரில் கையில் எடுத்து வந்ததை கேமரா என்றார்கள். அவன் தேவதூதனானான். முதன்முதலாகப் பார்க்கிறாள். கண்களில் ஆசையும் மகிழ்ச்சியும் பொங்க அருகில் சென்று பார்க்கிறாள். அவனுக்குப் புரிந்து போனது. ஏவலாளாக வைத்துக் கொண்டான். 'தண்ணி எடுத்து வா', 'இந்த பைய அங்க வையி', 'கடைக்குப் போய் பபிள்கம் வாங்கிட்டு வா'. ஒருமுறை தொட்டும் பார்த்தாள். மணநாளன்று நீளமான பெஞ்சின்மீது ஏறி நின்றபடி சமையல்காரர் கூப்பிட்டு ஆசையாகக் கொடுத்த அப்பளத்தை தின்று கொண்டிருந்தாள். கையில் கறுப்பு வண்ண மாயப்பெட்டி வைத்திருந்த தேவதூதன், "அப்படியே மேலேருந்து குதிக்கற மாதிரி எடுக்கறேன் குதி" என்றான். ஆகா! கனவு கண்ட காட்சியல்லவா.. அதுவும் நாம் சொல்லாமலேயே அறிந்திருக்கிறானே!! நம்மைப் பார்த்தவுடன் அப்படி எடுக்கத் தோன்றியிருக்கிறது!' எல்லாமும் நினைத்து குதித்தாள். அவன் எடுப்பதுபோல பாவனை செய்தான். இதுபோல் பல போலி க்ளிக்குகள். திருமணம் முடிந்து கிளம்பும் தருவாயில் சீமாட்டியின் அப்பாவி முகத்திற்கு பரிசாக நிஜமாகவே அவளையும் அவள் உடன் பிறந்தாளையும் நிற்கவைத்து கடனே என்று ஒரு ஃபோட்டோ எடுத்துவிட்டுப் போனான்.

ஃபோட்டோ வரும்வரை கற்பனையில் அது எப்படியெல்லாம் இருக்குமென்று அடிக்கடி வண்ணத்தோகை விரித்துக்கொண்டாள். சினிமாவிலும் புத்தகங்களிலும் பார்த்திருந்தவை துணை புரிந்தன.. மூன்று மாதங்கள் கழித்து ஃபோட்டோக்கள் வந்தன. வண்ணத் தோகைகள் வெளிறித் துவண்டு விழுந்தன. கிளம்பும் தருவாயில் எடுத்த ஃபோட்டோவில் மட்டுமே அவளுக்கான

கேமரா பார்வை இருந்தது. அதிலும் வெளிச்சம், தெளிவு, ஒழுங்கு எதுவும் இல்லை. அவன் தேவதூதனும் இல்லை என்பது புரிந்தது.

எழுபதுகளில் வளர்ந்துவிட்டிருந்த புத்தி, அலையலையாய் முடி பறக்க காற்றில் மிதந்தும் மேலிருந்து தரையில் லாவகமாய் பஞ்சாக இறங்கியும் வந்ததன் பெயர் ஸ்லோ மோஷன் என்று தெரிய வைத்தது. ‘கேமரா ட்ரிக்’ என்னும் வார்த்தை அறிமுகமானது. சுற்றியிருந்தவர்கள் அடிக்கடி அவ்வார்த்தையை உபயோகப்படுத்தினார்கள். எண்பதுகளில் சீமாட்டியின் வீட்டில் மற்றொரு திருமணம். வீடியோவிற்கும் புகைப்படத்திற்கும் ஏற்பாடு செய்திருந்தார்கள். சீமாட்டிக்குப் பெருமையாய் இருந்தது. இம்முறை கேமராக்காரர்கள் உண்மையிலேயே அவளைப் படம் பிடிக்க ஆர்வம் கொண்டிருந்தார்கள். மரியாதையாய் அழைத்தார்கள் ‘நீங்க போய் நில்லுங்க’, ‘அப்படியே திரும்பி நில்லுங்க’ ம்ஹூம் அவளுக்கு வெட்கம் பிடுங்கித் தின்றது. அதனை மறைத்து நிற்க அரும்பாடு பட்டாள். கேமராவில் மாட்டாமல் தப்பிக்க எண்ணுகையில் ஏன் இவர்கள் நமக்குத் தெரியாமல் நம்மை நம் அசைவுகளை அழகாகப் படம் எடுக்கக்கூடாது என்ற நினைப்பு வந்தது. அதை நாமே போய் எப்படிச் சொல்வது!

வீடியோ கேசட் வந்தபோது அவள் எங்கே என்று அவளே தேடினாள். கவனமில்லா கோணங்களில் இரண்டு இடங்களில் தெரிந்தாள். வீட்டில் எல்லோரும் பார்க்கும்வரை பொறுமையாக இருந்து ஃபோட்டோ ஆல்பம் கைவந்த பின் கண்களில் மேய்ந்தாள். நான்கைந்து இடங்களில் இருந்தாலும் எதிர்பார்த்தது போல் இல்லை. கைகளுக்குக் கிடைத்த புத்தகங்களிலெல்லாம் பெண்களின் வகைவகையான ஃபோட்டோக்களை பசிதீர கண்களில் நிரப்பிக்கொண்டாள். அந்தக் காட்சிகள் உயிரோட்டமாய் பதிந்து அவளுக்குள் உலவிக்கொண்டிருந்தன. இதற்கிடையில் திருமணம் முடித்த சகோதரிகள் இருவர் வீட்டிலும் கேமரா வாங்கிவிட்டார்கள். ஒரு சகோதரி ஊருக்கு வந்தப்போது எடுத்துக்காட்டினாள். தொட்டுப் பார்த்துவிட்டு ஃபோட்டோ எடுக்க முடியுமா என்றாள். “இங்கப் பார்த்து இத அமுத்தணும்” வாய்கொள்ளாதச் சிரிப்புடன் அமுத்தினாள்.

அப்படி இல்லை என்று வாங்கி அவள் அமுத்திக் காட்டினாள். பச்சக் என்று எதனோடோ எதுவோ பொருந்துவது போல க்ளிக் என்று ஒரு சத்தம் கவர்ச்சியாக ஆரம்பித்து முடிந்தது. சத்தத்தினைக் கேட்டு கிளர்ச்சி உச்சமாயிற்று. தாளாமல் சீமாட்டி ஓடிப்போய் பாத்ரூமிற்குள் நின்று கன்னத்தில் கை வைத்துக்கொண்டு சிரித்தாள். அந்தச் சிரிப்பின் திரட்சி இரண்டு நாட்களாக முகத்தைவிட்டு கீழே இறங்கவில்லை.

திரும்பவும் எப்பொழுது அதை வெளியே எடுப்பார்கள் என்றிருந்தது. நல்லவேளையாக அம்மாவே ஆரம்பித்து வைத்தாள். அக்கா பேசிக்கொண்டிருக்கும் போது எல்லோரையும் சேர்த்து ஒரு ஃபோட்டோ எடு என்றாள். அதற்கு சின்ன அக்கா அப்படியே எடுக்க முடியாது ஃபிலிம் ரோல் வாங்க வேண்டும், பேட்டரி போட வேண்டும் என்றாள். எல்லாம் சேர்த்து எவ்வளவு ஆகும் என்று செலவு கணக்கு பார்க்க ஆரம்பித்து விட்டாள் அம்மா. டூர் போகும்போது ரெடி செய்து எடுத்துச் செல்வோம் என்று பேசிக்கொண்டார்கள். மூத்த அக்கா வந்தாள். வந்தவுடன் கேமராவை கேனான் கேனான் என்று பேசினாள். அப்போதுதான் அது கேமராவின் கம்பெனி பெயர் என்று சீமாட்டி தெரிந்து கொண்டாள். இவர்கள் வைத்திருப்பதன் பெயர் கோடக் என்றாள். அதில் எடுத்துக்கொண்ட புகைப்படங்களை ஆல்பமாக்கி எடுத்து வந்திருந்தார்கள் கேமராவை எடுத்து வரவில்லை. சீமாட்டிக்கு பெரிய ஏமாற்றமாக இருந்தது.

எண்பதுகளின் இறுதிப்பகுதியில் சீமாட்டிக்கு திருமணம் நடந்து ஒன்றரை வருடங்களாயிருந்தது. அவள் திருமணத்தில் ஃபோட்டோவும் வீடியோவும் அமர்க்களப்பட்டன. திருமணத்தில் போஸ் கொடுக்கத் தெரியாமல் வெறித்தப்படி விறைத்து நின்றிருந்தாள். ஆல்பத்தில் ஓரிரு ஃபோட்டோக்களில் நன்றாகவும் மற்றவற்றில் திருமணத்தினால் நெருங்கிய புதிய உறவுகளின் கொடூர பாவனைகளில் பயந்துபட்ட உள்ளத்தின் நீட்சியை வெளிப்படுத்துவளாகவும் இருந்தாள். ஆனாலும் அவளுள்ளே உலவிக்கொண்டிருந்த உற்சாகப் பெண்கள் இறக்கவில்லை. திருமணம் முடித்த சகோதரிகளைப் போன்று நாமும் கேமரா வாங்கி விடுவோமென்று நினைத்தாள்.

பொருளாதார நிலை, உறவுகளின் கடும்போக்கு கைகொடுக்கவில்லை. அதற்குள் அம்மா அது சிலவருடங்களில் பழுதாகி விடும் வாங்காதே என்றாள். சகோதரிகளில் ஒருவர் வீட்டுக்கேமரா குப்பைத் தொட்டிக்குப் போனது தெரிந்து அப்படிச் சொன்னாள். குப்பைத் தொட்டிக்கு அனுப்பிய கையோடு அவர்கள் புதிதாக ஒன்றை வாங்கி விட்டிருந்தார்கள். ஆனால் அம்மா இவளது வாங்கும் எண்ணத்தை மாற்ற முயற்சித்தாள். சீமாட்டிக்கு வாங்கும் சூழலும் வாய்க்கவில்லை.

குழந்தையைத் தூக்கிக்கொண்டு கணவருடன் மூத்த அக்காளின் வீட்டிற்குப் போகும் நிலை ஏற்பட்டது. திருமணம் ஆனதிலிருந்து போகவே இல்லை ஒரு முறை போய் வர வேண்டும் என்றார்கள். மூத்தவள் ஆந்திராவில் வசித்தாள். இன்னொரு சகோதரி பக்கத்து ஊரென்பதால் திருமணமான புதிலதிலேயே ஒரு பொழுது சென்று விட்டு வந்திருந்தாள். மூத்தவளின் ஊருக்குச் சென்று சேர்ந்தவுடன் ஒருநாள் முக்கிய இடங்களைச் சுற்றிப் பார்க்கலாம் என்று சீமாட்டியின் கணவன் கூறினான். சுற்றிப் பார்க்கும் செலவு மொத்தமும் அவனுடையதென அவனுக்கும் அவளுக்கும் தெரியாமல் அவர்கள் திட்டமிட்டுக் கொண்டார்கள். இரண்டாவது நாளில் இரு குடும்பத்தினரும் சுற்றிப் பார்க்கத் தயாராகினர். சீமாட்டிக்கு பாப்பா பிறந்ததிலிருந்து ஃபோட்டோ எடுக்கவில்லையென்ற எண்ணம் இருந்தது. உயிர்ப்பான படங்கள் எடுத்துவிட வேண்டும் எனும் பெரிய லட்சியமிருந்தது. நாம்தான் பெரியவர்கள் போஸ் கொடுக்கத் தெரியவில்லை, நிற்கத் தெரியவில்லை, யதார்த்தமான அழகியலில் ஃபோட்டோவில் விழ மாட்டோம் என்கிறோம். குழந்தைக்கு இதுவெல்லாம் இல்லையே, நாமே அழகாக சில தருணங்களை இயற்கை அழகோடு சேர்த்துப் பிடித்து விடுவோம். குழந்தை உண்டான போது பளிங்கு மாதிரி இளஞ்சிவப்பு வாயிலிருந்து வானத்து நீர் போன்ற தூய்மையுடன் எச்சில் ஒழுகும் குழந்தையின் படத்தை வாங்கிச் சுவரில் ஒட்டியிருந்தாள். அதே ஈரத்துடன் பாப்பாவை எடுத்துவிட வேண்டும் என்ற கனவுடன் அப்படியே நாமும் கொஞ்சம் போஸ்களை மாற்றி விறைப்பாக இல்லாமல் இலகுவாக நின்று எடுத்துக் கொள்ளலாம் என்று ஆசையுடன் நினைத்தாள். தயங்கித்

தயங்கிச் சகோதரியிடம் கேமரா எடுத்துக்கொண்டு வருமாறு கேட்க வேண்டும். தயக்கத்தின் பிரமாண்டம் களைப்படையச் செய்தது. கேட்பதற்குள் உள்நாக்கு வறண்டு விட்டது. விளையாட்டாகப் பேசுவது போல் ஆரம்பித்து எப்படியோ ஒருவழியாகக் கேட்டு விட்டாள். அவள் அவளது கணவனிடம் பேசினாள். ஆலோசனை செய்து கொஞ்சம் கொணட்டல் அலட்டல்களுக்குப் பின் எடுத்துவர ஒப்புக்கொண்டார்கள். ஃபிலிம் ரோல் வாங்கவும் பேட்டரிகள் வாங்கவும் காசு கேட்டு வாங்கிக்கொண்டார்கள். சீமாட்டியின் கணவன் கூடுதலாகக் கொடுத்துவிட்டு விழித்தான். கேட்கவும் முடியாது. அவர்களாகத் தரவும் இல்லை. சரி கேமராவிற்கான வாடகையாக இருக்கட்டும் என்று சீமாட்டி விட்டுவிட்டாள்.

இவர்கள் வீட்டிலிருந்து நாற்பது கிலோமீட்டர் தொலைவில் சார்மினார் இருந்தது. இறங்கியவுடன் சாப்பாடு முடித்து நேராகச் சார்மினார் சென்றார்கள். இஸ்லாமியக் கட்டிடக் கலையின் சிறந்த வெளிப்பாடாகக் காட்சியளித்த கட்டிடத்தைக் காணக்காண அற்புதமாயிருந்தது. விழிகளுக்கு விருந்தானது. 1591-ல் கட்டப்பட்டது என்று படித்திருக்கிறாள். இதனை அப்படியே கண்களில் நிரப்பிக்கொள்ள முடியுமா? அதுதான் கேமரா இருக்கிறதே படம் எடுப்பார்கள் என்று அக்காளின் கணவனைத் திரும்பிப் பார்த்தாள். அவன் கையில்தான் கேமரா இருந்தது. அவன் அதைப்பற்றிய உணர்வே இல்லாமல் உறவினர்களுக்கு செலவு செய்துவிடக் கூடாது என்று பர்ஸை பாதுகாப்பதிலேயே குறியாய் இருந்தான். நமக்கு என்ன அதைப் பற்றித் தெரியும். இந்த நேரத்தில் எடுத்தால் நன்றாக இருக்காதோ என்னமோ என்று முடிந்த மட்டும் சார்மினாரை கண்களில் விழுங்கிக்கொண்டு வெளியேறினாள் சீமாட்டி.

குழந்தை அவ்வப்போது அழுது சமாதானமானாள். இரண்டு மணிநேரம் சென்றவுடன் நாம் ஊரைச் சுற்றிப் பார்க்க வந்திருக்கின்றோம் என்று குழந்தைக்குப் புரிந்ததோ என்னவோ சீமாட்டிக்குப் போட்டியாக அதுவும் கண்கொட்டாமல் வேடிக்கைப் பார்க்க ஆரம்பித்தது. மந்த்ராலயம், லக்ஷ்மி நரசிம்மன் கோவில், ஒரு தனியார் அமைப்பு நடத்திய கண்காட்சி என்று சுற்றினார்கள். அக்காளின் கணவன் ஒரு

இடத்திலும் கேமராவை வெளியே எடுக்கவில்லை. சீமாட்டிக்குத் துயராயிருந்தது. குழந்தை ஒரு தூக்கம் தூங்கியே எழுந்து விட்டாள். செல்லும் இடங்களில் ஏதாவது விளையாட்டுப் பொருட்கள் வாங்கினால் அக்காளின் பிள்ளைகள் பிடுங்கிக் கொண்டார்கள். அவர்கள் இடங்களைச் சுற்றிப் பார்த்து அனுபவிப்பதைக் காட்டிலும் சீமாட்டிக் கணவனை "செலவு செய்ய வை" "சீமாட்டியை வேலை வாங்கு" என்பதை மாற்றி மாற்றி கண்களிலும் கை சாடைகளிலும் பேசுவதில் கவனமாக இருந்தனர்.

இறுதியாக நீர் அணைக்கு அருகில் இருக்கும் பெரிய பூங்காவிற்கு வந்தனர். ரம்மியமாக இருந்தது. இருட்டத் துவங்கியது. புதுப்புது பூஞ்செடிகளும் பசும் புல்தரையும் இப்போதுதான் சீமாட்டி பார்க்கிறாள். அவள் ஊரில் கனகாம்பரம், சாமந்தி, ஊசிமல்லி தவிர பூச்செடியே இல்லை. குண்டு மல்லிகைப்பூ சரம் சரமாக வைத்திருப்பவர்களைக் கண்டால் ஆசையாக இருக்கும். பணக்காரர்கள்தான் இதுவெல்லாம் வைப்பார்கள் என்று நம்பியிருந்தாள். இங்கு இத்தனைப் பூஞ்செடிகளைக் கண்டதும் மனது குதூகலித்தது.

குழந்தையைப் பார்த்தாள். அதுவும் ஆ..ஊ என்று மகிழ்ந்தது. பார்க்காத இடங்கள் எத்தனையோ இருக்கிறது ஆனாலும் இனி இந்த இடம் பார்த்துவிட்டு வீட்டுக்குப் போக வேண்டியதுதான். இன்னும் சற்று நேரத்தில் நன்றாக இருட்டி விடும். குழந்தையும் சிரித்துக்கொண்டிருக்கிறாள். இரண்டடி தள்ளி அக்காளின் கணவன் நிற்கிறான். நா எழவில்லை. இருந்தாலும் ஃபோட்டோ ஆசை சுடர்ந்தது. குழந்தையை இந்த இடத்தில் எடுப்பதென்பது இந்த நேரம், இந்தத் தருணம், இந்த வயது திரும்ப வருமா.. கேட்டு விடுவோமென்று காலையிலிருந்து மூன்று முறை முந்தைய இடங்களில் ஃபோட்டோ எடுக்குமாறு கேட்டுவிட்டாள். ஒன்றும் நடக்கவில்லை. கேட்கும்போது சகோதரியின் கணவன் அடித் தொண்டையில் கமறலாகச் சத்தமிட்டு 'ம்ம்ம் ம்ம்ம்' என்று பெரிதாக மேலும் கீழும் தலையை ஆட்டுவான். ஆனால் கேமராவை வெளியே எடுக்க மாட்டான். இரண்டு முறை சகோதரியிடம் கேட்டுப் பார்த்தாள். அவள் "ஏங்க ந்தா இவள

போட்டோ எடுக்கணுமாம்" என்று கத்தியதில் அவள் கணவனுக்குப் புரிந்து விட்டிருந்தது கேமராவில் கையை வைத்து விடாதே என்னும் மறைமுகக் கட்டளை. மதியத்தில் ஒரு இடத்தில் எந்தக் காட்சி பின்புலமும் இல்லாமல் மரத்தடியில் அவர்கள் குழந்தைகளோடு சீமாட்டியின் குழந்தையையும் சேர்த்து இரண்டு ஃபோட்டோ எடுத்திருந்தார்கள். அப்போதுகூட சீமாட்டி அவள் குழந்தையை மட்டும் ஒரு ஃபோட்டோ எடுத்துத் தருமாறு கேட்டிருந்தாள். அவர்கள் யாரும் கண்டுகொள்ளவில்லை. குரல் தேய்ந்து உருண்டு, காய்ந்த மர இலைகளின் அடியில் சென்று மறைந்து விட்டது.

சீமாட்டியின் நினைவு கேமராவில் இருந்தது. நன்றாக இருட்டுவதற்குமுன் இந்த வண்ணப்பூக்களின் கூட்டத்தில் நின்று படம் பிடித்தால் நன்றாயிருக்கும். கணவனிடம் இங்கே ஃபோட்டோ எடுக்கலாம் என்று அவர்களிடம் சொல்லக் கூறினாள். அவன் சங்கோஜத்துடன் மறுத்தான். முகத்தில் வலுக்கட்டாயமாகச் சிரிப்பை வரவழைத்து அக்காளின் கணவனிடம் பேசினாள். பூக்களின் சிறப்பை, அழகை, நீண்ட புல்வெளியின் காட்சியை கூறினாள். அவனுடைய சிரிப்பே வராத ஜோக்ஸுக்கு சிரித்தாள். அவளை முட்டாளாகப் பாவித்து பூங்காவைத் தானே உருவாக்கியது போல் அவன் நீட்டி முழக்கிப் பேசிக்கொண்டிருந்ததைப் பொறுமையாகக் கேட்டாள். உள்ளுக்குள் தோன்றும் தயக்கத்தை ஒழித்துக்கட்ட இயலாமல் தடுமாறிக் கொண்டிருந்தவள் எச்சில் விழுங்கியபடி அவன் வாய் மூடிய நேரம் பார்த்து, "மாமா இங்க ஃபோட்டோ எடுத்தா நல்லாருக்கும்ல" என்றாள். பொறாமையின் ஒட்டுமொத்த பூஷிதையான சகோதரி ஏதோ நினைவுடன் கடாட்சப் பார்வையில் சரியென்று சம்மதித்தாள். சீமாட்டிக்கு ஆனந்தம் பெருக்கெடுத்தது. போய் குழந்தையுடன் நின்றாள். அக்காவும் அவளது குழந்தைகளும் முட்டிமோதி வந்து நின்றனர். சீமாட்டியின் கணவன் ஒரு ஓரமாக நின்று கொண்டான். அதே ஃபார்மட்டில் இரண்டு ஃபோட்டோக்கள் எடுக்கப்பட்டன. தன் இடுப்பில் இருக்கும் குழந்தையை மட்டும் தனியாக எடுக்குமாறு சீமாட்டி ஆசையூறச் சொன்னாள். ம்ம் என்று கை நீட்டிப் பேசிக்கொண்டிருந்த அவளையும்

எல்லோரையும் சேர்த்து எடுத்தான். பின்புலமாக அவர்கள் தேர்ந்தெடுத்த இடங்களில் செயற்கை நீரூற்று இல்லை. பூஞ்செடிகளும் இல்லை. எல்லைக்கோடாக நடப்பட்டிருந்த குரோட்டன்ஸ் செடிகள் அசமஞ்சமாய் நின்றிருந்தன.

வீட்டுக்குப் போகும்முன் இளைப்பாறலாக ஒரு அகண்ட வரவேற்புத் தூணின் கீழ் அமர்ந்தார்கள். அந்த இடத்தில் ஒரு ஃபோட்டோ அந்தத் தூணின் தோற்றமின்றி எடுக்கப்பட்டது. இருட்டி விட்டது. தூணைச் சேர்த்து எடுத்திருந்தாலும் இருளில் சரியாக விழுந்திருக்காது. சீமாட்டியின் கணவனை அழைத்து தான் உடன் நின்று மனைவியிடம் ஒரு ஃபோட்டோ எடுக்கச் சொன்னான் அக்காளின் கணவன். பின்புலம் முழுக்க இரவின் நிறம் அப்பியிருந்தது. ஒரு ரோலிற்கு எத்தனைப் படம் பிடிக்கலாம், எத்தனை எடுத்தார்கள் எதுவும் சீமாட்டிக்குத் தெரியவில்லை. வீடு வந்து உறங்கி எழுந்ததும் சீமாட்டியின் கணவன் ஊருக்குச் செல்ல பணம் இல்லை என்று குனிந்து முனகிக் கொண்டிருந்தான்.

அவளின் அக்கா ஒரு கருமை நிற சிறிய உருளை டப்பாவை அவள் கையில் கொடுத்துச் சொன்னாள் “இந்தா இத எடுத்துட்டுப் போய் ஊர்ல கழுவிக்க, பாதி ஃபோட்டோக்கு மேல எடுக்கல”

இரண்டாம் சாமத்திற்குப் பிறகு ஒரு கேள்வி

அந்தச் சிறிய நிலப்பரப்பின் ராணிகள் அவர்கள். முறையே மகிழினி, மதிவதனி, மந்தாகினி சகோதரிகள். சவாலான காரியங்களை எடுத்துச் செய்வதில் பேரார்வம் கொண்டவர்கள். மதம் பிடித்த ஒற்றைக் கொம்பு யானையை மகிழினியும் மதிவதனியும் அடர்ந்த காட்டிற்கு நடுவே சாதுர்யமாகத் தாக்கிக் கொன்று சாய்த்ததை மந்தாகினி புன்னகையுடன் பார்த்துக்கொண்டிருந்தாள். இதற்காக மூன்று மாதங்களாக யானை வரும் நேரம், சூழல் என்று கவனித்து, கவனித்து திட்டமிட்டது இவள்தான். திட்டம் போடுவது, சவாலை முன்மொழிவது எல்லாம் மந்தாகினிதான். மூவரும் ஒருவருக்கொருவர் அறிவில், வீரத்தில், அழகில் சளைத்தவர்கள் இல்லை. உடனிருப்பவர்கள் சிலர் சதியாலோசனை நடத்தி மூவரையும் பிரிக்கச் செய்த முயற்சி சாம்பலானது. விவாதம் நடக்குமே ஒழிய, வாக்குவாதம் நடக்காது.

மகிழினி கூடுதலாகவே விளையாட்டுக் குணம் கொண்டவள். மதிவதனி புத்திசாலித்தனமான கேள்விகளுக்கென்றே பிறந்தவள்.

சிறிய தந்தையின் மகள் மகிழெயினியும் இவர்களுடன் இணைந்து கொள்வாள். தோழிகளுடன் சுற்றித் திரிந்த சுந்தரிகளுக்குத் திருமணம் செய்வித்துவிட சுற்றத்தார் விரும்பி, பழக்க வழக்கங்கள், பாரம்பரியம் என்று எதெதுவோ உரைத்து, சம்மதம் பெற்றுவிடும் விருப்பத்துடன் பேசினர். திருமண பந்தத்திற்குள் இணைய வேண்டும் என்று கூறியதை அசட்டை செய்துகொண்டே இருந்தனர். மாற்றங்கள் அவர்களுக்குள்ளும் நிகழ்ந்தன. தனித்தனியே சிந்தித்து, பிறகு ஒருநாள்

அவர்களுக்குள் கலந்தாலோசித்து மணவாழ்வு தேவை என்ற முடிவிற்கு வந்தனர்.

ஆண்களைப் பற்றிய பேச்சும் அந்தரங்கக் கலந்துரையாடலும் நிகழ்ந்து கொண்டுதான் இருந்தது என்றாலும், மணவாழ்விற்கு இப்போதுதான் மனது சம்மதித்தது. எப்படிப்பட்ட ஆணைத் தேர்வு செய்வது என்ற தெளிவின்மை வாட்டியது. எப்படி வேண்டும் என்ற பட்டியல் மாறிமாறி உருவாக்கி, அழித்து உருவாக்கி முடிவிற்கு வராமல் இருந்தனர். மூவரும் உரையாடி அதன்படி குழு ஒன்றை உருவாக்கி ஆலோசித்தனர். கொஞ்சம் தனித்த தனிமையான குழுவென்பதால் தோழியர் எல்லோரும் இரண்டு நாட்கள் கழித்து ஊர் மக்களிடம் விசாரித்து வந்து சொல்வதாகக் கூறிச்சென்றனர். எப்படியெப்படி விசாரணை செய்ய வேண்டும் என்று நன்றாகச் சிந்தித்துச் செல்ல அறிவுறுத்தப்பட்டனர். ராணிகளின் ராஜ கட்டளை!

தோழிகள் சென்றவுடன் சகோதரிகளுக்குள் உரையாடல் நிகழ்ந்தது.

"எதற்கு திருமணம் செய்துகொள்கிறோம்?"

"நம்மிடம் ஏதேனும் இல்லாவிட்டால் அவர்களிடம் பெற்று, கொடுத்து சமமாக வாழலாம்."

"செல்வம், அதிகாரம், வீரம் அனைத்தும் நம்மிடம் இருக்கிறது. கூடுதலாகப் பெற்றுக்கொள்ளும் விருப்பம் இல்லை"

"வாரிசுக்கு, புணர்விற்கு"

"எந்த ஆரோக்கியமான ஆண் பெண்ணிலும் வாரிசு உருவாகிவிடும்; விலங்குகளிலும், தாவரங்களிலும்.."

"ஆமாம். இரண்டாவது கூறியதுதான் முதல்"

"எனில்?"

அரண்மனை மூத்த பெண்டிரின் வழியாகவும் வைத்திய சாலையின் வழியிலும் ஓரளவு அறிந்திருந்தனர் என்றாலும் அவர்களில் யாரும் புணர்ச்சி கொண்டதில்லை இதுவரை.... நிற்க.

அகராதி 63

ஆண் தேடும் படலம் ஆரம்பமானது. மகிழினி சற்று சாந்த சொரூபியானாலும் எதிலும் மூத்தவள் முதலில் நிற்க வேண்டும். அது தனது உரிமை என்பவள். பெண்கள் தன் இணையைத் தெரிவு செய்யும் முறைமை என வரிசைப்படுத்தினாள். இருவரும் கேட்டுக்கொண்டனர். அந்த வகையில் முதற்கட்டத் தேர்வில் முகம். இரண்டாவது கட்டத்தில் பேச்சு, நடை, உடை, பாவனை பார்க்க வேண்டும். மூன்றாவது கட்டத்தில் ஏனையவை பார்க்க வேண்டும். இது எல்லாவற்றிற்கும் முன்பாகத் தங்களால் ஏற்பாடு செய்யப்பட்ட குழுவினரின் தெரிவைப் பெறுதல் வேண்டும். அதன் பிறகே அடுத்தடுத்த படிநிலைகள் பிறகு மணம்.

சேதிகள் சேகரித்த தோழிகள் இரு தினங்கழித்து வந்து உரையாடியிருந்தார்கள். பாமரர், வெளிதேசம் சென்று வந்தவர், மூத்தவர், இளையோர் என்று முப்பாலினத்தவரையும் சந்தித்துப் பேசி வந்திருந்தனர். முதலில் தயங்கியதாகவும் பின்னர் தொடர்ந்து வினவுகையில் தங்களுக்கு ஆர்வம் மிகுந்ததாயும் கூறினர். தெரிவுசெய்ய நியமிக்கப்பட்ட குழுவினரோடு கலந்துபேசி இணைந்துகொள்ள வைக்கப்பட்டனர்.

வெளிதேசத்திலிருந்தும் ஆண்கள் வந்தவண்ணம் இருந்தனர். சில இடங்களில் இருந்து வலிய வரவழைக்கப்பட்டனர். (இந்திந்த நிலத்திலிருந்து வருபவனது மண் வாகிற்கு உடல் தினவு கொண்டிருக்கும்) அதிகமானோரிலிருந்து மூவரைத் தெரிவு செய்வது சிரமமாக இருக்கவே அதிக தூரத்தில் இருந்து வந்தவர்களை நிராகரித்தனர். இப்பொழுது பட்டியல் நீளம் குறைந்தது.

சகோதரிகளும் அவர்தம் அணுக்கச் சிநேகிதிகளும் சரியான ஆட்களைத் தெரிவுசெய்வது குறித்து பல திட்டங்களை வகுத்துக்கொண்டு பேசினர். செயல்படுத்தினர். ரகசிய ஒப்பந்தங்களும் உண்டு. இதில் மதிவதனி பெரிதும் நம்பியிருந்தது மகிழெயினியைத்தான்... இருவரும் ஆழ்ந்து சிந்தித்துக்கொண்டிருப்பதும் சிறிய குரலில் பேசிக்கொள்வதுமாக இருந்தனர். மந்தாகினியின் மனது இருவரின் தனித்த அக்கறையையும் நெருக்கத்தையும் கண்டு கேள்விகளைக்

கொண்டது. முன்பே ஓர் ஆணைத் தேர்ந்து பழகிக்கொண்டிருக்கிறாளா இந்த மதிவதனி?! மகிழெயினி தூது போயிருப்பாளோ என்று பலவாறு சிந்தித்து கவனித்துக்கொண்டே வந்தாள். கிசுகிசுப்பு தொடரவே, இரண்டு நாட்கள் கழித்து எதுவும் கூறாது 'வா'வென மகிழெயினியை தோளில் கைப்போட்டு இழுத்துக் கொண்டு மகிழினியும் மதிவதனியும் இருக்கும் இடத்திற்கு இழுத்துச் சென்றாள்.

செய்தி இதுதானென அறிந்துகொண்டதும் அனைவரிடத்திலும் சிறிது அமைதி ஏற்பட்டது. பிறகு, எயினியைப் பார்த்து மகிழினி கேட்டாள், "எத்தனைப் பேருடனடி?" வலக்கையின் இறுதி விரலையும் மோதிர விரலையும் உயர்த்தினாள் எயினி.

"ஹூம்..."

நம்முடன்தானே சுற்றிக்கொண்டிருந்தாள் பிறகு எங்ஙனம் என்று மெல்லிய குரலில் மந்தாகினியிடம் கேட்டாள். பதில் எதிர்பாராதக் கேள்வி, உள்ளக் கிடக்கையைப் பகிர்ந்து அங்கலாய்த்து அமைதியானது. மந்தாகினி அவள் தோள் பற்றி இவளிடம் பேசுவோம் என்று உடல்மொழியில் தெரிவித்தாள் ஆம் என்பதாகக் கண் அசைத்த மகிழினி மதிவதனியைக் காண அவளும் இதழ்களை உள்ளிழுத்து கன்னங்களை மேலிழுத்து ஆம் என்பதாக மேலும் கீழும் தலையை ஆட்டினாள்.

மகிழெயினி மகிழ்ந்து சிரித்துக்கொண்டாள். வெளியில் காட்டிக்கொள்ளவில்லை. அவளுக்கு நீ சிறியவளென காடு புகுகையிலும் வேட்டையாடுகையிலும் பின்தள்ளியது நினைவிற்கு வந்துபோனது. ஆனாலும் அநேகச் செய்திகளைப் பகிர ஆர்வமாயிருந்தாள். முன்பே கேள்விகளுக்கென்றே பிறந்த மதிவதனி ஏகப்பட்ட கேள்விகளைக் குடைந்து குடைந்து கேட்டிருந்தாள். அவளின் கேள்விகள் மகிழெயினிக்கு கனவு சிம்மாசனத்தைப் பெற்றுத் தந்தது. அதில் அவள் வீற்றிருக்க மதிவதனி கீழ்நின்று கேள்விகளை வினவி, அறிந்துகொள்ளும் ஆர்வம் பொங்க முகம் பார்த்தபடியிருப்பாள். தற்போது மூவரும் இணைந்துகொள்ள மனம் உவகை அடைந்தது. கனவுலகில் மூவரும் தனது சிம்மாசனத்தின்

கீழ்நின்று முகம் நோக்கியபடி இருந்தனர். இவர்களுக்குத் தெரியாமல் மறைக்க வேண்டும் என்று அவள் நினைக்கவில்லை. ஏதாவது மனச்சங்கடம் வரும் வகையில் பேசிவிடுவார்களோ என்றுதான் மறைத்தாள்.

மகிழெயினி முதல் ஆண்தான் தன் மணவாளன் என்று நினைத்தே அவனுடன் புணர்ந்தாள். அவன் அரண்மனை கணக்கனின் மகன். "நாம் ஒன்றிணைய மறுத்தார்கள் எனில் வேற்று நாடொன்றில் வாழ்வைத் தொடங்குவோம்" என்று அவனிடம் பேசியிருந்தாள். இரண்டாம் ஆணுடன் கலக்கையில் எவ்வித எண்ணமும் இல்லை. அவன் ஒரு வழிப்போக்கன். சட்டென ஒரு பலகீனத் தருணம் அமைய நிகழ்ந்துவிட்டது. முதலாமவனுடன் சில பொழுதுகள் நந்தவனம், சயன அறை, மைதானம், மரத்தடி, குன்றின் மேல், வயல்வெளி என்று இருந்திருக்கிறாள். கலந்திருக்கிறாள்தான். ஆயினும், மதிவதனியின் கிடுக்கிப்பிடி கேள்விகளைக் கண்டு அச்சம் கொண்டாள்.

மூவரின் விசாரணை வளையத்திற்குள் சிக்குகையில்தான் நடந்ததெல்லாம் சொப்பனமா என்ற எண்ணம் தோன்றியது மகிழெயினிக்கு. திருதிருவென விழித்தாள். இதனைக் கண்ட மந்தாகினி, "நீ இதற்கு எங்களைப் போன்றே இருந்திருக்கலாம் ஒரு மண்ணும் தெரியவில்லை உனக்கு, இதுவரை ஒரு கேள்விக்கு கூட தெளிவான பதிலளிக்கவில்லை" என்று நொடித்தாள். எப்படிப்பட்ட ஆண் நல் ஆனந்தமேற்படுத்துவான் என்றால், அவள் என்ன செய்வாள் பாவம். அதுவும் இவர்களின் விதவிதமான கேள்விகளுக்குப் பின்னர் ஓடிப்போய் சிலமுறை அவனிடம் கலந்துவிட்டு வந்தால் பரவாயில்லை என்று நினைய ஆரம்பித்து விட்டாள். ஒருசில வினாக்களுக்காவது பதிலளிக்க இயலுமே, நல்ல வேளையாக விசாரணையை முடிவிற்கு கொண்டு வந்தார்கள்.

ஒருவழியாக ஐப்பசி பௌர்ணமியன்று அந்த நிகழ்வைத் தொடங்கினர். கார்த்திகை பௌர்ணமி நாளுக்குள் முடித்துவிட வேண்டும். மார்கழியில் ஒரு காணுலா! பிறகு தையின் முதல் நாள் மூவருக்கும் மன்றல் விழா!

மந்தாகினி இருவரிடமும் கூறினாள், "உன்னிப்பாக நோக்கும் செயலில் மதிவதனிதான் சிறப்பாகச் செயல்படுவாள். அவள் கவனத்திற்குட்பட்ட பின்னர் நாம் பரிசீலிக்கலாம்"

அவள் கேள்வி கேட்டே துளைத்தெடுத்து விடுவாளே.. மிகையாக வடிகட்டி விடுவாள் என்னும் மகிழினியின் கிண்டலுக்குச் சிரித்தவாறு அதற்குதான் முதலில் அவளிடம் பொறுப்பு விடப்பட்டது என்ற மந்தாகினி, "அடுத்து உனது தலைமையிலான குழு வடிகட்ட வேண்டும் ஆனால் அங்கு நாங்கள் இருவரும் இணைந்து கொள்வோம்" என்றாள். இதற்கு ஒப்புக்கொண்டு வேலையைத் துவக்க ஆயத்தமானாள் மதிவதனி.

மதிவதனி அவ்வாண்களின் முன்னிலையில் வைத்த கேள்விகளை அறிந்தவர் குறைந்தது மூன்று நாழிகையாவது தலைச் சுற்றலுக்கு ஆளாவர். அவற்றில் சில, முடியை இப்படியேதான் சீரமைப்பீரா, தாய் தந்தையரின் உயரம் என்ன, ஒருநாளுக்கு எத்தனை முறை குளிப்பீர், உடலுறுப்புகள் ஒவ்வொன்றும் அந்திப்பொழுதில் எப்படி இருக்கும் பகற்பொழுதில் எப்படி இருக்கும், பெண்களின் எவ்வுறுப்பை முதலில் காண்பீர், தொடுவதாயின் எந்த பாகத்தை முதலில் தீண்டுவீர்.. ஒற்றை விரலிலா, வலக்கையிலா, பிடித்த பெண் எத்தனை பேர், அவர்களைச் சொப்பனம் காண்பதுண்டா, ஒருவர் நினைவு மட்டுமே வாழ்நாள் முழுமைக்கும் என்று முடிவு செய்துகொள்ளும் எண்ணம் உள்ளதா, நாவிதரின் தேவை எத்தனை நாட்களுக்கு ஒருமுறை, தொடர்ந்த உடலுழைப்பு உண்டா, தூக்கம் விழிப்பு நேரம் என்று ஏதேதோ கேட்டுக்கொண்டேயிருந்தாள். அடிக்கடி அமரும் முறை எது என்று கூட கேட்டாள். இதனை அறிந்த மகிழினி கீழ்க்குரலில், "இத்தனை வினாக்கள் எதற்கடி?" என்று கேட்டதும் முகத்தைத் தீவிரமாக வைத்துக்கொண்டு, எல்லாம் அவசியம்தான் என்றாள்.

ஒருவாறு இரண்டாம் சுற்றுக்கு வந்தவர்களை மகிழினி கேலி கிண்டல் செய்தே பேசி, பிடித்தவர்களை அடுத்தச் சுற்றுக்குள் அனுப்பிவிட்டாள். அனைவரும் ஒருங்கிணைந்து மூவரைத் தெரிவுசெய்யும் நேரம் வந்தது. உடற்பயிற்சி, விளையாட்டு,

சுவையுணர்வு போன்ற பரிசோதனைகள் முடித்து தேர்வு செய்யும் பணி இறுதிக் கட்டத்தை நெருங்கிக் கொண்டிருந்தது. எண்ணிக்கையை மிகவும் குறைத்திருந்தனர். இருக்கும் நபர்களை தரையில் பெரிய அளவில் எண் எட்டு வரைந்து அதன்மீது குறிப்பிட்ட இடைவெளியுடன் நிற்க வைத்தனர். உத்தேசமாக பதினைந்து நபர்கள் இருப்பர். எதிரில் மூன்று பெண்களும் அவர்களுக்கு துணை நின்ற குழுவினரும் அவரவருக்கான ஆசனங்களில் அமர்ந்திருந்தனர். மகிழெயினியும் இருந்தாள். எல்லோரையும் எல்லோராலும் பார்க்க முடிந்தது.

சில பார்வைகள், சில கேள்விகள் என்று இன்னும் ஐந்து நபர்களை வெளியேற்றினர். எஞ்சியவர்களை நிற்க வைத்துவிட்டு, மூவரும் தங்களுக்குள் விவாதித்துக்கொண்டிருந்தனர். தனித்தனியாகவா அல்லது குழுவாகவா.. எப்படி எனும் கேள்விகள் வரை அரசல் புரசலாக உடன் நின்ற பூவையருக்குப் புரிந்தது. என்ன ஏதுவென்று தெளிவாகத் தெரியவில்லை. மகிழெயினிதான் அறிவித்தாள். மொத்தம் பதினோரு ஆண்கள் இருந்தனர். அனைவரும் தனித்தனியே முன்னறைக்கு வரவேண்டுமெனக் கூறிவிட்டு உடனிருந்த தோழிகளை வெகுவாகக் குறைத்து மிகச்சிலருடன் உட்சென்றாள். குரல்களுக்குள் அதிகம் காற்று உட்செலுத்தி திரும்பவும் செய்தி பரிமாற்றம் செய்துகொண்டனர். உடன் நின்ற பெண்களிடம் எதுவோ கூறப்பட்டது. மதிவதனிதான் விளக்கிக்கொண்டிருந்தாள். சரி என ஆமோதித்தவாறு அவர்கள் அந்த விசாலமான அறையில் இருந்த இருக்கைகளில் அமர்ந்துகொண்டனர்.

அந்த விசாலமான அறையின் பக்கவாட்டில் இருந்த கதவினைத் திறந்து ஒரு நீண்ட அறையைக் கடந்து பித்தளைப்பூண் பூட்டிய சந்தன மரத்திலான கனத்த கதவினைத் தள்ளி மூவரும் போனார்கள். அடர்நீல நிறத்தில் தொங்கிய அடர்த்தியான திரைச்சீலையைக் கடந்து மந்தாகினி மட்டும் உள் நுழைந்தாள். இருவரும் அங்கேயே அமர சற்றுத்தள்ளி பெண் காவலர்களும் ஆண் காவலர்களும் நின்றிருந்தனர். ஆங்கே மந்தாகினியின் முன் தெரிவுசெய்யப்பட்ட ஆண்கள் அனைவரும் நிர்வாணமாக நிற்க வைக்கப்பட்டிருந்தனர்.

பேசாமல் அமைதியாக எல்லோரையும் பார்த்துவிட்டு வெளியேறினாள். பின்னர் வந்த இருவரும் அவ்வாறே பார்த்து வெளியேறி அவரவர் இடம் சென்றனர்.

மற்றவர்களும் கலைந்தனர்.

மதிவதனி இரண்டாம் சாமத்திற்குப் பிறகு தனியே மகிழெயினியை நிலவினொளியில் தோட்டத்து செம்பருத்திச் செடியினருகில் விழுந்த குளிர்நிழலில் சந்தித்துப் பேசிக்கொண்டிருந்தாள். நடந்தவற்றை முழுவதுமாக விலாவரியாகப் பேசிவிட்டு ஆயாசமாய்க் கேட்டாள். "ஏனடி எல்லாமும் எவ்வளவு நீளம் என்னும் அளவிலா இருக்கிறது?!!"

வசுந்தரா தாஸ் குரல்

பெரிதாக எந்தச் சிந்தனையும் திட்டமிடலுமின்றியே அந்த எண்ணைக் குறித்து வைத்துச் சின்ன க்யூரியாசிட்டியில் அழைப்பு விடுத்தான். பாடகி வசுந்தரா தாஸ் பேசுவது போல் ஒரு குரல் ஹலோ என்றது. இது கோ இன்ஸிடென்டா அதிர்ஷ்டமா என்று தெரியவில்லை. வசுந்தரா தாஸின் இனிப்பான வெண்ணெயில் வழுக்கும் செர்ரி போன்ற குரல் மீது ஒரு கிறக்கம் உண்டு சுதாகருக்கு. க்ஷக்கலக்க பேபியில் விழுந்தவன்தான். ஊரே ஷ்ரேயா கோஷல் பின்னால் போய்க்கொண்டிருந்த போதும் அதற்குப் பிறகு எத்தனையோ பேர் வந்த போதும் இவன் தனி ரோட்டில் ஓடிக்கொண்டிருந்தான். 'ஸ்வீட்டான குரல்னா அது வசுந்தரா குரல்தான்' என்பதில் இவனுக்கு அசைக்க முடியாத நம்பிக்கை இருந்தது. பேசினாலும் பாடினாலும் அதே இனிமை என்று கண்கள் மூடிச் சிலாகிப்பான். மூளையின் ஒரு பகுதியை வசுந்தரா குரலை மட்டுமே பதித்து வைக்கப் பயன்படுத்திக் கொண்டான். ஷக்கலக்க பேபி பாட்டின் முடிவில் இசை நின்ற பிறகு "ஏ போய்யா" என்று வலிக்காமல் சொல்வதே இசைதான் என்று நண்பர்களுடன் வாதிடுவான். பத்திக்கிச்சு பாடலில் "ஓ.. கண்ணே" என்கையில் மூச்சு வாங்கி ஹஸ்கியாகவும் ஹஸ்கியிலேயே சத்தமாகவும் உச்சரிக்கும் போதே ஏறிய போதை இறங்குவதற்கு நீண்ட நேரமாவதாகக் கூறியிருக்கிறான். அந்த "ஓ... கண்ணே" மட்டும் ரெகார்ட் செய்து தனியே வைத்து இருக்கிறான். நண்பர்கள் மனது சரியில்லை என சிகரெட், ஆல்கஹாலைத் தேடிப் போகையில் திவாகர் அந்த ரெகார்டை ஓடவிட்டு ஹெட் செட்டுடன் உட்கார்ந்து

விடுவான். நண்பர்களுக்கு எங்கே வசுந்தரா தாஸ் குரல் கேட்டாலும் இவன் நினைவுதான் வரும். அவ்வளவு பேசியிருக்கிறான். அதனாலேயோ என்னவோ ஃபோன் குரல் வசுந்தரா தாஸின் குரலை நெருங்கியக் குரலாக ஒலித்தவுடன் அதே குரலாகவே ஒலித்தது. அவனைப் பொறுத்தவரை இது அவனது லக். குரலை அள்ளிச் சாப்பிட ஆசை வருமா! எனக்கு வசுந்தரா தாஸ் குரலை அப்படியே அள்ளிச் சாப்பிட ஆசை வரும் என்பான் நண்பர்களிடம்... அவர்கள் இப்படி ஒரு பைத்தியமா என்பது போல் பார்ப்பர்.

திரும்பவும் அதே குரல்தானா என்பதை உறுதி செய்தபின் இந்த எண் உங்களுடையதா? என்றான்.

"எஸ் உங்களுக்கு என்ன வேணும்" என்றது மறுமுனை.

"நாந்தாங்க திவாகர்."

"ஓ.... நீங்களா?"

அடுத்த வார்த்தை பேசுமுன் திவாகருக்கு மனம் சுணங்கியது. நாம் பேசுவது பிடிக்கவில்லையோ என்று நினைக்க வைத்தது இந்த ஓ... எனும் நெளிந்த ஒற்றை வார்த்தை. ஆனால் அடுத்த நிமிடமே உற்சாகம் ஊற்றெடுத்தது மறுமுனையின் குழைவான கேள்வியில்.

"இன்னைக்குத்தான் உங்களுக்கு பேச தோனுச்சா" என்றது வசுந்தரா தாஸ் குரல்.

"ஹி.. ஹி.. இல்லைங்க நீங்க பேசுவீங்களோ இல்லையோனுதான்"

"அப்படி இல்லை திவாகர் நான் எல்லார்ட்டயும் பேச மாட்டேன் உண்மைதான். ஆனா எல்லாரும் ஒரே மாதிரி இல்லைல?"

"என்னங்க சொல்றீங்க? ஒரே குழப்பமா இருக்கே"

"சரி அத விடுங்க, அதே ஊர்தானா? அதே பேர்தானா? வேறா?" என்றது வசுந்தரா தாஸ் குரல்.

"ஏங்க நாந்தான் அத கேட்கணும் நானெல்லாம் நிஜ பேர், நிஜ ஊர்தான் போட்டுருக்கேன்".

“ஹ ஹ” வசுந்தரா தாஸ் குரல் வீணை மீட்டியது போல் சிரித்தது

“ஆமா.. என் பேர கேட்கவேயில்லையே”

“சொல்லுங்க.. சொல்லுங்க அது ஒரிஜினல் பேர் இல்லன்னு மட்டும் தெரிஞ்சது”

“ம்...என் பேர் அஜிதா அஜினு கூப்பிடுவாங்க, பி ஃபார்ம் படிச்சுட்டு இருக்கேன். 3வது வருஷம். ஆமா நீங்க என்ன படிச்சுருக்கீங்க திவாகர்”

“அதும் புரொஃபைல்ல போட்டுருக்கறதுதாங்க. M.Sc கம்ப்யூட்டர் சயின்ஸ் படிச்சுருக்கேன் நந்தனத்துல ஒரு கம்பெனில குப்பை கொட்டிட்டு இருக்கேன். ஊர் சேலம். இங்க சென்னைல மூனு பேரோட சேர்ந்து ரூம் எடுத்து தங்கியிருக்கேன்”.

தொடர்ந்த பேச்சு, சில விசாரிப்புகளுக்குப் பின் அஜிதாவிற்கு இவனைப் பிடித்தது. முகநூலில் இரண்டு வருடமாக உரையாடிக் கொண்டிருக்கிறார்கள் இப்போதுதான் முதன்முதலில் போனில் பேசிக்கொள்கிறார்கள்.

திவாகருக்கும் அவள்மேல் நல்அபிமானம் இருந்தது. பேசுகையில் அது உறுதியானது. இருவரும் ஃபோட்டோ வைக்கவில்லை. ப்ரொஃபைலில் இயற்கை காட்சிகளும் குழந்தைகள் படமுமாய் மாறிமாறி வைப்பார்கள். அதனால் முகம் தெரியாது.. முதன்முதலில் பேசுவதினால் மனம் தன்னை அறியாமல் அக்குரலுக்குரிய உருவத்தை வரையத் தொடங்கியது. அஜிதா இவனது குரல் தன் பள்ளிப்பருவ ஆசிரியர் ஒருவரின் குரலுடன் ஒததிருப்பதாய்க் கூறினாள். அடுத்தடுத்து பலமுறைப் பேசியபோதும் நேரில் சந்திப்பது பற்றி பேசிக்கொள்ளவில்லை இருவரும். படிப்பு, வேலை, சினிமா, நண்பர்கள் எனப் பேசிக்கொண்டனர். திவாகர் நகைச்சுவையாய் பேசி அவளை நிறையச் சிரிக்க வைத்தான்.

அன்று மாலை ஜிம் சென்றுவிட்டு ரூமிற்குள் நுழைந்தவனுக்கு, கல்லூரி நண்பன் வில்சன் அறையில் இருப்பது கண்டவுடன் சந்தோஷம் பூத்தது. ஆச்சரியமுடன்,

"எங்கேடா இங்க?"

"அடேய்... நான் இன்னைக்கு உன்னை பாக்க வரேனு சொன்னது கூட நினைப்பில்லையா உனக்கு? அந்தளவுக்கு சாட்டிங்கா?" என்று கண்ணடித்தான். திவாகர் வழிந்து சிரித்துக்கொண்டே, "இருடா அஞ்சு நிமிஷத்துல ரெடியாகி வந்துடறேன்" எனப் போனவன் பத்து நிமிடத்தில் ரெடியாகி எதிரில் நின்றான். மற்ற நண்பர்களிடம் சொல்லிவிட்டு காஃபி ஷாப் நோக்கி பைக்கில் விரைந்தார்கள்..

"மச்சி அப்புறம் என்னடா ட்ரீட்டெல்லாம் கிடையாதா?"

"எதுக்குடா?"

"ம் நீ குளிச்சதுக்கு. கேட்கறான் பாரு கேள்விய டேய்! நீ அஜிதா கூட கடலை போட்டுக்கிட்டு இருக்கியே செட் ஆகிருக்குல அதுக்குதான்".

"செட் ஆச்சுனுலாம் சொல்ல முடியாது மச்சி. பிடிச்சிருக்கு. பொதுவான விஷயங்களைதான் பேசிட்டு இருக்கோம்"

"ஏன்டா உலகத்தில் ஆம்பளையே இல்லையா? ஏன் உங்கிட்ட மட்டும் பேசிக்கிட்டுருக்கு அந்தப் பொண்ணு அப்ப அதானே?"

காஃபி ஷாப்பில் ஒரே டேபிளில் இருவரும் அருகருகே அமர்ந்து கொண்டனர். பிளாக் காஃபி ஆர்டர் செய்துவிட்டு கேட்டான் திவாகர்,

"ஏன்டா இதுலாம் சரி வரும்கிறியா?"

"நேரில் பாக்குறப்ப என்ன பேசினாடா?"

"நேர்லயா!!!? இன்னும் பாத்துக்கிட்டதே இல்லியே"

"த்தூ...."

இந்தக் காலத்தில் இப்படியாடா என்று தலையில் அடித்துக்கொண்டான்.

"என்னதான் செய்யச் சொல்ற.. நாங்க அது பத்திலாம் யோசிக்கவே இல்லை பேசிக்கவும் இல்லை. ஆனால் நைட்டு படுக்கறப்ப அவகிட்ட பேசினது மனசுல ஓடும். அப்ப மட்டும்

அகராதி 73

அந்த குரலுக்கான உருவம் இப்படி இருக்குமானு கற்பனை செய்துட்டே தூங்கிடுவேன். ஷாப்பிங், மால், கல்யாணம் இப்படிக் கூட்டம் கூடும் இடங்களில் எல்லாம் என்னைத் தாண்டிப் போற பொண்ணுங்க சாயல் அஜிதாவுக்கு இருக்குமா, இப்படி இருக்குமா, அப்படி இருக்குமானு நினைச்சுட்டு இருப்பேன்".

"என்னடா கதை சொல்லிட்டு இருக்க... ம் அப்புறம்..?" அந்த ம்ம் ஐ இரண்டு சென்டிமீட்டருக்கு நீட்டித்துக் கேட்டு நக்கலாகச் சிரித்தான் வில்சன்.

"ரே..."

"அப்புறம் என்ன அவ குரல் மட்டும் ரீங்காரம் உடுதா மனசுல?

"அட வெண்ணெ.. போ போய் முதல எப்ப மீட் பண்றதுன்னு பேசு. அப்புறம் என்கிட்ட பேசு போடா" என எழுந்து கொண்டான்.

"அடுத்த வாரம் பாக்கலாம்டா.. பை".

சுதாகர் பதிலுக்கு பை சொல்லி எழுந்தான். வில்சன் பேசியது பற்றியே சிந்தித்துக்கொண்டு வந்துசேர்ந்தான். இவன் அறைக்குள் நுழையவும் மொபைல் அழைக்கவும் சரியாக இருந்தது. "அடடா.. ரூம்லயே வச்சிட்டு போய்ட்டமே" பாய்ந்து சென்று எடுத்தான். அவளேதான். மூன்று மிஸ்டு கால்ஸ். இன்னைக்கு என்ன இத்தனை அழைப்பு! இப்படிச் செய்ய மாட்டாளே" அழைப்பை ஏற்க விரல் கொண்டுபோகையில் அழைப்பு துண்டிப்பானது.. இவன் அழைப்பு விடுத்தான். மறுமுனையில் அஜிதா செல்லமாகக் கோபித்தாள்.

"என்ன திவாகர் இது, ஆர்வமா கால் செய்யறப்போ இப்படி எடுக்காம எங்க போய்ட்டிங்க?"

"அஜிதா நான் பக்கத்தில் இருக்கிற காஃபி ஷாப் போய்ட்டேங்க. ஃபிரண்ட் வந்திருந்தான்"

"சரி சரி"

“நீங்க எதுக்காக கால் செஞ்சீங்க அஜிதா? எனி ஹேப்பி நியூஸ்?”

“ஆமாம் ஒரு சர்ப்ரைஸ்”

“என்ன?”

“நாம மீட் பண்ணப் போறோம் நாளைக்கு. உங்க ஏரியாவுல நீங்க இப்ப போன அதே காஃபி ஷாப்பில்”

திவாகருக்கு ‘ச்சக்’கென்று குதூகலம் மனதில் உட்கார்ந்து கொண்டது. “அட ரொம்ப சந்தோஷம். சர்ப்ரைஸ் நியூஸ்! நீங்க என்ன கலர் டிரஸ் போட்டு வருவீங்க”

“நான் ஆரஞ்ச் கலர் ஷால்ங்க மறந்துடாதீங்க. நீங்க?”

“நான் உங்களை கண்டுபிடிச்சு பேசறேன். நேர்ல பாத்துக்குங்க”

சிரித்தான். அவளும் சிரித்தவாறே போனை வைத்தாள்.

என்னடா இது! ஆச்சரியப்பட்டவனாய் உடனே வில்சனுக்கு அழைப்பு விடுத்து செய்தியைக் கூறினான்.

“நீயா இந்த மீட்டிங் ஏற்பாடு பண்ணுவன்னு அவ வெயிட் செய்துருப்பா... இந்த மாக்கானுக்கு புரியாதுன்னு அவளே ஏற்பாடு பண்ணிட்டா போல” எனக் கிண்டல் செய்தான். இவனும் ‘அப்படித்தான் போல’ என்று சிரித்தான்.

“டேப் மச்சி மீட்டிங் முடிஞ்ச உடனே எனக்கு கால் பண்ணனும் மறந்துடாத” என்று சொல்லி போனை வைத்தான். நேரம் கேட்க மறந்துட்டமே என்று நினைத்துத் திரும்ப மொபைலை எடுத்தான். வாட்ஸப் மெசேஜ் அனுப்பியிருந்தாள். ‘ஆரஞ்ச்’ என்று ஒரு மெசேஜ் அடுத்து ‘ஈவ்னிங் 5.30’ என்று ஒரு மெசேஜ். அடுத்து மூன்று ஸ்மைலி.

இவன் ‘k k’ என்று அனுப்பி பதிலுக்கு ஆறு ஸ்மைலி போட்டு நான்கைந்து ஆர்ட்டின்களை அனுப்பி வைத்தான். அலைபேசியின் பாடல் வரிசையில் இருந்து ‘தீபாவளி.. தீபாவளி.. நீதான்டி’ என்ற வசுந்தரா தாஸின் பாடலை வழிய விட்டான்.

5.30 மணிக்கு காஃபி ஷாப்பிற்குள் நுழைந்தான் திவாகர். அதிக சிரமமிருக்கவில்லை இருந்த சில டேபிள்களில் அவளை

எளிதாகக் கண்டுபிடித்தான். அவள் ஆரஞ்ச் கலர் துப்பட்டாவுடன் முதுகுக் காட்டி ஒரு ஜீன்ஸ் பெண்ணுடன் சிரித்துப் பேசிக்கொண்டிருந்தாள். இவன் முகம் பார்க்கும் ஆவலில் இரண்டே எட்டில் விருட்டென சென்று அருகில் நின்றான். “ஹாய் அஜிதா!” அஜிதாவை விட அஜி தோழி மிக ஆச்சரியப்பட்டு பார்த்தாள். தன்னைப் பற்றி பேசியிருப்பார்கள் என்பது தெரிந்தது. சந்தோஷமாகத் திரும்பிக் கை கொடுத்து எதிர் இருக்கையில் அமர்ந்தான். தான் உன்னிப்பாகக் கவனிப்பது தெரிந்துவிடக் கூடாது என்ற கவனத்துடன் இருவரும் பார்த்துக்கொண்டனர். காஃபி ஆர்டர் செய்கையில் கவனித்தான், போனில் பேசிய அதே வசுந்தரா தாஸ் குரல். காஃபிக்கு பின் அருகிருக்கும் பார்க்கிற்குச் சென்றனர். அஜிதாவின் தோழி திவாகரின் ஃபேஸ்புக் புரொஃபைல் பெயரைக் கேட்டு வாங்கி திவாகரின் பயோவைக் கண் கொட்டாமல் பார்த்துக் கொண்டிருந்தாள்.

நீண்ட நாள் பழகிய நண்பர்களுக்கேயுரிய அந்நியோன்யத்துடன் பேசிக்கொண்டனர்.

சந்திப்பு முடித்து ரூமிற்கு வர திவாகருக்கு ஏழு மணியாயிற்று. அறைக்கு யாரும் திரும்பியிருக்கவில்லை. தனியே படுத்து நடந்தவற்றை அசை போட்டுக்கொண்டிருந்தான். மனம் வெறுமையைத் தழுவியது. ஏன்??? திரும்ப எவ்வித சமாதானத்திற்கும் இடமின்றி அஜிதா குறித்து சிந்தித்தான். அவளது குரலுக்கு இவன் நினைத்திருந்த உருவம் இது இல்லை...

மனதை லேசாக்க, ப்ளே லிஸ்டை க்ளிக் செய்தான். “ரொம்ப இயல்பா நடப்பவன் வேண்டும், வெளிப்படையாய் இருப்பவன் வேண்டும்” என்று வசுந்தரா பாடினார். உடும்புப் பிடியாக மனம் அதையே நினைத்தது. எந்த எதிர்பார்ப்பும் இல்லாமல் இயல்பாகத்தானே கிளம்பினோம் ஆனால் ஏன் இந்த ஏமாற்ற எண்ணம் சுழன்றடிக்கிறது. என்னையுமறியாமல் மனம் குரலுக்கான உருவத்தை, சிணுங்கலை, கொஞ்சலை கற்பனை செய்து, எதிர்பார்த்து இருக்கிறது. எல்லோருக்குள்ளும் இதுதான் நிகழுமா இல்லை எனக்குள் மட்டும் புதுப் பழக்கம் புகுந்து கொண்டுள்ளதா?

ஏன் மனம் ஏற்க மறுக்கிறது? அப்படி ஒன்றும் அவள் இச்சமுதாயம் ஏற்படுத்தியிருக்கிற அழகு இலக்கணத்திலிருந்து முற்றும் விலகிவிடவில்லைதான். ஆனால் நான் எதிர்பார்ப்பதுதான் என்ன? அந்தக் குரலின் உருவம் எப்படி இருக்கும் என்று மனம் கற்பனை செய்து கலங்குவது ஏன்? தலையைக் கையில் பிடித்துக்கொண்டான். சிந்தனையின் சிக்கலில் தலை சூடேறியது. அஜிதாவை வாழ்க்கைத் துணையாகவே தேர்ந்தெடுக்க வேண்டும் என்று நினைத்த மனம் இன்று நிலை தடுமாறுகிறது. குழப்பத்தோடு வில்சனுக்கு அழைப்பு விடுத்தான். மறுமுனையில் பேசிய வில்சனிடம் அனைத்தும் ஒப்புவித்தான்.

வில்சன், "விடுடா உனக்கு செட் ஆகாது இவ்வளவு குழப்பத்தோடு நீ வாழ்க்கையை ஆரம்பிக்கிறதா?" என்று இவனது கேள்விகளுக்கு முற்றுப்புள்ளி வைத்தான்.

திவாகருக்கு மனசு வறண்டது. காதல் ஏக்கம் பெருக்கெடுத்தது. தன் மேலேயே வெறுப்பு வந்தது, இரக்கமும் சுரந்தது. நிலை கொள்ளாமல் தவித்தான்.

மொபைல் திரையை இடக்கை கட்டைவிரலால் அசுவாரசியமாக மேல்நோக்கி அசைத்துக்கொண்டிருந்தான். காணொளிக் காட்சிகள் மாறிமாறி தோன்றி மறைந்து கொண்டிருந்தன. அதில் இலயிக்க முடியவில்லை. மனவறட்சி! ஏதேதோ சிந்தனை அலைக்கழித்தது. இருட்டில் பாலைமணலில் நிற்பது போலிருந்தது. கடும் கோடை காலத்தில் உள்ளங்கைகளுக்குள் அகப்பட்ட இருசக்கர வாகனத்தின் கைப்பிடியாகக் கசகசத்துக் கிடந்த எண்ணங்களைத் திருகிக்கொண்டே மொபைலை அணையச் செய்கையில் ஜில்லென்று அந்த ஜீன்ஸ் பெண்ணின் முகம் ஒளிர்ந்ததைக் கண்டான்! ப்ளே லிஸ்ட் தொடர்ந்தது.

"தண்ணீரில் சிற்பம் நீ

கோடைகால தாகம் நான்

உன்னை மொண்டு நெஞ்சுக்குள் ஊற்றவா.."

சச்சின்

1

நினைவின் தாக்கம் மனதைத் தொட்டது போல, பார்த்து மெலிதாகச் சிரித்தது அந்த உருவம். சிரிக்கையில் கறை படிந்தப் பற்களின் வரிசைத் தெரிகிறது. என்ன வண்ணம் எனச் சொல்ல முடியாதபடி ஒரு கால்சராய், மேலே ஒரு அழுக்கேறிய பனியன். கீழே பக்கத்தில் ஒரு டி-ஷர்ட் பாதி வாய்த்திறந்த தாம்பூலப் பையுடன் கிடந்தது, யாரோ கொடுத்திருக்கிறார்கள். வாயிலிருந்து எச்சில் ஒழுகியபடி இருந்தது. எப்போதாவது எச்சில் ஒழுகாத நேரம் "ச்சச்சி ச்சச்சி" என்று கூறிக்கொண்டிருந்தது.

'ஏதாவது செய்யணும் பாத்துட்டு அப்படியே போறதா' என்று ஆரம்பித்தாள் தியா. சாப்பாடு வாங்கிக் கொடுக்கச் சொல்லி ஆஃபிஸ் அஸிஸ்டெண்டிடம் காசு கொடுத்து விட்டார்கள். அடுத்த நாள் தியா ரெண்டு செட் டிரஸ் எடுத்துவந்து கொடுத்தாள். எப்படிக் கூப்பிடுவது என்று யோசித்து அது சொல்லிக்கொண்டிருந்ததை வைத்தே, 'சச்சின்' எனப் பெயர் வைத்தாள் மனோ. அப்போதிலிருந்து அது சச்சினானது.

மாலையில் ரிலாக்ஸாக இறங்கி வரும்போதுதான் மனோவால் நன்றாகக் கவனிக்க முடிந்தது. முப்பதா நாற்பதா ஐம்பதா என கணிக்க முடியாத மெலிந்து கருத்த உடல். தலையில் முடிகள் செம்பட்டையாகக் கவனிப்பாரற்று அடர்ந்திருந்தன. உதட்டிற்கு மேலும் தாடையிலும் சுருண்டிருந்தவை செம்பட்டையாய் இல்லாமல் கருத்திருந்தது. நாம் ஒவ்வொருவரும்தான் முடிக்கென தனித்த கவலைப் பெற்றவராகி விடுகிறோம்.

நீளமாக இருந்தால் அடர்த்தி வேண்டும், அடர்த்தி இருந்தால் நெளிவு வேண்டும், நெளிந்து இருந்தால் பளபளப்பு வேண்டும் என்று நிற்காமல் வேண்டும்கள் நீண்டுகொண்டே இருக்கின்றன. கொட்டும் முடிக்கு மருந்து விற்பனை செய்தே கோடிகளில் பணம் சேர்த்தவர்கள் உண்டு. ஆனால் இப்படிக் கேட்பாரற்று கிடக்கும் ஜீவன்களுக்குதான் பராமரிப்பின்றி எப்படி இவ்வளவு முடி! அதுவும் வெள்ளையாகாமல்!

மனோ அந்த நினைவுகளுடனே வீட்டிற்கு வந்து சேர்ந்தாள்.

2

"அப்படியே கண்ல ஒளி தெரிஞ்சுது பாரு! நல்ல படிச்ச ஆள் போல இருந்தது சரவ். அப்படித்தான் தியாவும் சொன்னா. இவ்வளவு நாள் எங்கக் கண்லயே படல பாரேன்"

"தோழிகள் ரெண்டு பேரும் சேர்ந்து என்ன செய்யப் போறதா உத்தேசம்"

"நாங்க பாத்துப்போம்"

பெருமையாகச் சொன்னாள். அதனை அடுத்து தினமும் புதுப்புதுக் கதைகள் சரவ் என்னும் சரவணனின் காதுகளுக்கு வந்துசேர்ந்தன. இரண்டு நாட்கள் கவனித்து வந்த ஸ்ரீகுட்டி மூன்றாம் நாள், "நானும் பாக்க வரேன்மா.. அண்ணனையும் கூட்டிப் போலாம்" மனோ புன்னகைத்தாள். இவளுக்குப் போய்ப் பார்க்க வேண்டும் என்ற ஆசைக்கு பலம் சேர்க்க அண்ணனையும் இழுக்கிறாள். பெண் பிள்ளையின் சாதுரியம்.

'இன்னொரு நாள் போகலாம் பிராக்டிஸைக் கவனி' என்று அனுப்பினாள். ஸ்ரீயின் பள்ளியில் இன்னும் ஒன்பது நாட்களில் ஆனுவல் டே. அதற்குள் அவளுக்குத் தேவையான டான்ஸ் கிட் தயார் செய்துதர வேண்டும். அரை இஞ்ச் விட்டமுள்ள ஒரு அடி நீள பிளாஸ்டிக் பைப்பிற்குள்ளிலிருந்து ஜிகினா பேப்பர்கள் நீளநீளமாய் ஒரே அளவில் வழிய வேண்டும். சரவ் தயார் செய்து இன்று கொடுத்துவிட்டது அவளது டீச்சருக்கு ஓகேதான். ஸ்ரீகுட்டிக்குத்தான் ஓகே இல்லை. அபிதா வைத்திருப்பது போல கலர் கலர் ஜிகினா பேப்பர்

வேண்டும் என்று சொல்லிவிட்டாள். சரவ் செய்திருந்தது முழுக்க கோல்டன் கலர் பேப்பர். அபிதா வைத்திருப்பது சிவப்பு, பச்சை, சில்வர் என்று கலந்தது. அதைப் பார்த்தவுடன் ஸ்ரீ குட்டிக்கு கொள்ளை ஆசை "அது மாதிரி வேணும்மா".

மறுக்க முடியாது. சரவிற்கு நேரம் இல்லை ஆபீஸில் வேலை இந்த வாரம் முக்கியமான வெளிநாட்டு கிளையண்ட் சந்திப்பு இருக்கிறது, மேலிடம் பத்து நாட்களுக்கு முன்பே சொல்லிவிட்டது. அவள்தான் போக வேண்டும். ஸ்ரீயையும் அழைத்துச் சென்றால் நன்றாக இருக்கும். திரும்பவும் எதுவும் புகார் சொல்லாமல் இருக்க இதுதான் வழி என்று நினைத்தாள். ஸ்ரீயுடன் ஷாப்பிங் என்பது டயட் இல்லாமல் பர்ஸை ஒரே மணிநேரத்தில் இளைக்க வைப்பதுதான். இருந்தாலும், அவர்கள் இருவருக்கும் அது பிடித்திருந்தது. ஸ்ரீக்கு வலிக்காமல் திட்டிக்கொண்டே இப்படி பர்ஸுக்கு டயட்டை அளித்துக்கொண்டுதான் இருந்தார்கள்.

3

அடுத்த நாள் பர்மிஷன் போட்டுவிட்டு பிரதோஷம் என்று பாலக்கரை அருகில் இருக்கும் சிவன் கோவிலுக்கு தியாவும் மனோவும் சென்றிருந்தார்கள்.. மதிய வேளை என்பதால் கும்பல் குறைவாக இருந்தது. நல்ல தரிசனம். கருவறை உள்ளே ஆராதனைக் காட்டுகையில் மனோவின் கண்களுக்கு லிங்க உருவத்தின் மேல் ஒரு மைக்ரோ செகண்ட் அந்த உருவம் வந்துபோனது நினைவின் பிசகா, நிஜத்தின் நிழலா! எனப் புரியவில்லை. எப்படியோ இருந்தது. அதைப் பற்றி மேற்கொண்டும் ஏதும் சிந்திக்காமல் தியாவின் கைப்பற்றி அவ்விடம் அகன்று வந்துவிட்டாள்.

ஆஃபிஸ் லிஃப்ட் பழுதாகி நிற்க, வேறு வழியின்றி கட்டிடத்தின் இடதுபுறம் இருந்த படிக்கட்டுக்களைப் பயன்படுத்தத் தொடங்கினார்கள். படிக்கட்டுகள் ஆரம்பிக்கும் இடத்தில் எட்டுக்குப் பத்தில் ஒரு சிமெண்ட் பூசிய இடம் இருக்கிறது. அதன் நான்கு புறத்தில் ஒன்று படிக்கட்டு, மற்றொன்று சாலை, ஒரு பக்கம் பக்கத்து கட்டிடத்திற்கும்,

இந்தக் கட்டிடத்திற்கும் நடுவில் உள்ள சுவர், இன்னொரு பக்கம் எப்போதும் மூடப்பட்டு இருக்கும் ஷட்டர். ஷட்டரின் அந்தப் பக்கத்தில் இந்தக் கட்டிடத்தின் உரிமையாளருக்குச் சொந்தமான ஒரு கடை என்று ஆகிப்போனதில் விழுந்த துண்டு இடத்தில் உறுதியான மேற்கூரையும் இணைந்துகொண்டது. மழை வெயில் என எப்போதாவது பக்கத்தில் இருக்கும் டுடோரியல் பிள்ளைகள் ஒதுங்கி, பேசிச் சிரித்துவிட்டுக் கலைவார்கள். மற்றபடி வெற்றிடமாகத் தூசு, புழுதிப் படிந்து இருக்கும் இடம். இரு கட்டிடங்களுக்கு தடுப்பான சுவரில் சாய்ந்தபடி இருந்த உருவம்தான் சச்சின்.

4

அடுத்தடுத்த நாட்களில் என ஸ்ரீ குட்டியும் ஹரிஷும் கேள்விகளைத் தெளித்துக்கொண்டிருந்தனர்.. “என்னெல்லாம் சாப்பிடும்பா, நான் கொடுத்தா பிடிக்குமா, பர்கர் பிடிக்குமா, இன்னைக்கு என்னம்மா நடந்துச்சி, நாங்க ஒருநாள் பார்க்க வரவா, எங்க ஃபிரண்ட்ஸ்கிட்ட சொல்லிருக்கோம். பூஜா கூட அந்த வழியா புது ஜாமண்டரி பாக்ஸ் வாங்கப் போறப்ப பார்த்தாளாம். அவங்க டாட் கூட பார்த்தாராம்.. தெரியுமா, என் உண்டியல்ல இருந்து மணி எடுத்து ஃபலூடா வாங்கி கொடுக்கலாமாப்பா? பிடிக்குமா? எல்லாத்தையும் சாப்ட்டுருமா?”

“சாப்புடும்டீ நம்ம மாதிரிதான். நாம அப்பா கூட போறப்ப என் காசும் சேர்த்தா நிறையா வாங்கிக் கொடுக்கலாம். ஆமாதானேப்பா?”

குழந்தைகளின் உலகம் கேள்விகளால் நிரம்பியது. நேரம் காலம் கிடையாது. நினைத்து நினைத்துக் கேள்விகள் கேட்டுக்கொண்டிருப்பார்கள். பிள்ளைகள் ஆவலாகப் பேசுவதைக் கேட்டு நல்ல விடயங்களை நாம் சொல்ல வேண்டும் என்று கருணை, அறம் என விளக்கங்கள் அளித்து மதர் தெரேசா தனது பராமரிப்பில் இருந்த நோயாளிகளுக்கு நன்கொடை கேட்கையில் ஒரு மனிதர் எச்சில் துப்பியதைத் துடைத்துவிட்டு இதனை எனக்கு அளித்தீர்கள் நன்றி, என்

நோயாளிகளுக்கு ஏதேனும் பொருள் தாருங்கள் எனக் கேட்டதை விரிவாகக் கூறினாள். கூறி முடிக்கையில் மனோவின் மனது நெகிழ்ந்து விட்டிருந்தது. கண்களின் ஓரம் துளி கண்ணீர்கூட கசிந்தது. பிள்ளைகள் அதற்குப் பிறகு எதுவும் பேசவில்லை அனைவரும் அமைதியாக உறங்கினர்.

5

சச்சினை இப்படியே விட்டால் என்னவாகும், இது சரிவராது என அவர்கள் கலந்து பேசி, ஐம்பது கிலோமீட்டரில் இருக்கும் ஆதரவற்றோரை ஆதரிக்கும் ஸ்வீட் ஹோமில் சேர்த்துவிடுவதென்று முடிவு செய்தார்கள். எல்லோருக்கும் நல்ல சம்பளம். ஆளுக்கு ஒரு சிறிய தொகை என்று போட்டாலும் சேர்த்துவிடலாம். ஒருவேளை ஹோம் கவனிப்பில் சரியாகவும் வாய்ப்பு உள்ளது.

மதியச் சாப்பாட்டின் போது ஆஃபிஸ் பையனை அழைத்து, “கீழே போகும் போது சச்சினுக்கு சாப்பாடு வாங்கிக் கொடுத்துடு” மனோ கூறிக்கொண்டிருக்கும் போதே உடன் சாப்பிட்டுக்கொண்டிருந்த தியா, சுரேஷ் பைசா ஷேர் செய்து கொடுத்துவிட்டனர். ஈவினிங் எங்ககிட்ட வாங்கிக்க என்று அவர்களுடன் வேலை செய்யும் ஏனைய இருவரும் கூறினர்.

அடுத்த நாள் ஈவினிங் மாடி இறங்கியவுடன் திட்டப்படி ஒரு முடி திருத்துநரை சுரேஷ் போய் அழைத்து வந்தான். கிராப்பும் ஷேவிங்கும் செய்துவிட உட்கார்ந்தவுடன், அவர் சச்சின் இருந்த கோலத்தைக் கண்டு “வேற ஆளப் பாருங்க ஸார்” என எழுந்து தனது டிவிஎஸ் சேம்பைக் கிளப்பினார். மனோவும் தியாவும் பேசிச் சம்மதிக்க வைத்தார்கள். “கடிக்காதுல? உங்களுக்காகச் செய்யறேன்மா” என உட்கார்ந்தார். சச்சின் சாக்லேட்டுக்காக அமைதியான குழந்தையைப் போன்று தலையைக் குனிந்து உட்கார்ந்திருக்க, திறந்திருந்த வாயிலிருந்து எச்சில் ஒழுகிக்கொண்டிருந்தது. முடித்திருத்துபவர் வருவதற்கு முரண்டு பிடித்தாலும் வேலையை என்னவோ கச்சிதமாகச் செய்துகொண்டிருந்தார். பயமும் போயிருந்தது.

இழையிழையாகச் சுருண்டும் நீண்டும் சிடுக்கு மயிர்கள்

விழுந்து கொண்டிருந்தன. பின்னப்பட்டுப் போயிருந்த சிலையை நேர்ப்படுத்துவது போலிருந்தது. லிங்கத்தின் மேல் பின்னிக்கொண்டிருக்கும் சிலந்தி வலையில் இருந்து ஒரு நூல் இறங்கி முகத்துள் மோதி நிற்பதாக, வாயிலிருந்து ஒழுகிய எச்சிலின் ஒரு கோடு சச்சினின் மேல், அந்த எச்சில் நூலில் ஒட்டிக்கொண்ட சில மயிரிழைகளையும் அகற்றாமல் பார்த்துக்கொண்டேயிருந்த சச்சின் அவர்கள் நினைத்ததற்கு மாறாக ஒத்துழைத்தது வியப்பாக இருந்தது. சச்சினையே உற்றுக் கவனித்துக்கொண்டிருந்தாள் மனோ. மனது பேசிக்கொண்டிருந்தது.

சச்சின் குனிந்தவாறே நிமிர்த்தியப் பார்வை பளிச்சென்று இருந்தது. 'பார்வைக்குத்தான் எந்தத் திரையும் இல்லையே, அழுக்கும் இல்லை. தன்னைத்தானே சுத்தப்படுத்திக்கொள்ளும். படித்தவர்கள், படிக்காதவர்கள், ஏழைகள், பணக்காரர்கள் யாரும் வித்தியாசம் இல்லை. உள்ளே ஒளி இருந்தால் கண் காட்டும். காட்டுகிறது, அவ்வளவுதானே. இத்தனை நாளும் வளர்ந்து வந்த முடியை தொல்லையாக நினைத்திருக்குமோ? இன்று தலையிலிருந்து மயிர்கள் விடுபட, விடுபட ஆசுவாசப்பட்டுக் கொள்கிறது.. திடீரென்று டுர் டுர் என்றொரு சத்தம். மகிழ்வான மனநிலையாக இருக்கும்.' வேலை முடிந்தது.

முன்னதாகப் பக்கத்துக் கடையில் சொல்லி வைத்திருந்த ஹோஸ் பைப்பிலிருந்து தண்ணீர் வரச்செய்து காட்ட, மேலிருந்த மயிரிழைகள், மண் எல்லாம் அருகில் இருந்த சாக்கடைக்கு ஓடியது. 'உலகத்தில் இருக்கிற அத்தனை மனுஷர்களின் மன அழுக்கையும் இப்படிக் கழுவி விட்டா எப்படி இருக்கும்?!' சொல்லிக்கொண்டே கைவசம் இருந்த பழைய டவலையும், கொண்டு வந்திருந்த ஆடைகளையும் அருகில் வைத்துவிட்டுக் கிளம்பினாள். கிளம்பினார்கள். வழியில் தியா மட்டும் விசாரித்தாள் "ஏன் மனோ ஒரு மாதிரியா இருக்க?"

6

அவரவர் வீட்டில் சச்சின் கதையை பெரிய அளவில் பேசி வைத்திருந்தனர். செய்தி சொந்தபந்தம் வரை கூடப்

பரவியிருந்தது மனோவின் சித்திப் பையன்கள் இருவர் ரெண்டு டி-ஷர்ட் கொடுத்து சச்சினுடன் போட்டோ எடுத்து வலைதளங்களில் பதிவேற்றியிருந்தனர். ஆறாவது நாள் ஆர்வத்துடன் எல்லோரும் பேசிக்கொண்டது சச்சின் தாங்கள் கொடுத்திருந்த உடைகளில் ஒன்றை அணிந்து இருந்ததுதான். இதோ இப்போது மதிய உணவிற்கு ஏற்பாடு செய்துவிட்டார்கள்.

இந்த ஞாயிற்றுக்கிழமை ஹோமிற்கு போக வேண்டும் என்று திட்டம். அன்று ஆபீஸ் மாடி இறங்குகையில் சிப்ஸ் பாக்கெட் இரண்டைக் கொடுத்துவிட்டு நகர்ந்தார்கள். மனோ தனது வீட்டில் குழந்தைகளிடம் இருந்து வரும் சச்சின் குறித்த கேள்விகள் குறைந்திருந்ததை உணர்ந்தாள். ஐபிஎல் காரணமாக இருக்கலாம்.

வேலை மும்முரத்தில் சச்சின் நினைவிலிருந்து விலகியிருக்க, அலுவலக நேரம் முடிந்து கிளம்புகையில் ஒருவருக்கொருவர் கேட்டுக்கொண்டார்கள். அப்போதே மனோ உதவியாளரை அழைத்து காசு கொடுத்து அனுப்பினாள். அடுத்த நாள் மூன்று வேளைக்கும் சேர்த்து காலையிலேயே காசு கொடுத்துவிட்டார்கள். சனிக்கிழமை தலைவலி என்று லீவு எடுத்திருந்தாள். இனி திங்கள்கிழமைதான் ஆஃபிஸ். ஞாயிற்றுக்கிழமை நண்பர்கள் சந்திப்பு, ஹோட்டல், சினிமா பரபரப்பில் போனது. மறுநாள் ஆஃபிஸ் வந்து உட்கார்ந்ததும்தான் சச்சின் நினைவு வந்தது. தியாவிடம் விசாரித்தாள்.

“ஒ! யாரும் எதுவும் சொல்லலயே அதான் நானும் சைலன்டாகிட்டேன்”.

“ஒஹ்... ஹோமில் சேக்க நினைச்சமே”

“சரி.. சரி அடுத்த சன்டே அதுக்கான ஏற்பாடு செய்வோம்”

சுரேஷின் வார்த்தை சரியாகத் தோன்ற, வழக்கமான வேலைகளில் ஆழ்ந்தார்கள். அடுத்த வாரம் ஞாபகமாகத் தியாவைக் கேட்டாள். ‘போப்பா நான் பிஸி’ என்றாள். சுரேஷ் முக்கிய வேலை ஒன்று இருப்பதாகக் கூறினான். மற்ற இருவரும் போன வாரமே நீங்களே பார்த்துக்குங்க என்பது போல் விலகிவிட்டிருந்தனர். படி இறங்குகையில் சச்சினின் பார்வைத் துளைப்பது போலிருந்தது. மனதிற்குள் ஒரு பள்ளம் விழுந்தது.

7

புதனன்று..

ஹப்பாடா என்றிருந்தது தியாவிற்கு,. லிஃப்ட் சரியாக்கி விட்டார்கள். இனி கட்டிடத்தின் வலதுபுறம்தான் வழி. விளம்பரப் பெண் போல "இனிமேல் கால் வலிக்கு டாட்டா" என இரு கைகள் விரித்து முன் குனிந்து சொன்னாள். எல்லோரும் சிரித்தனர்.

பெரிய மாலின் அனைத்துப் பிரிவுகளுக்கும் இழுத்துச் சென்ற ஸ்ரீயின் பின்னால் சுற்றி, ட்ராலியை நிரப்பி, அதை பேக் செய்து, வீட்டிற்கு எடுத்து வந்து ஹப்பாடா என ஸோஃபாவில் சாய முன்னிரவானது. ஸ்ரீ அவள் வாங்கியவற்றுடன் ஆச்சரியப்பட்டு மகிழ்ந்து மூழ்கத் துவங்கினாள். நைட் டிபனுக்கு ஸ்விகியில் மெனுவைத் தேடி ஆர்டர் செய்த மனோ, டிஃபன் வந்தப் பிறகு போய் வாங்கி வருவதற்குக் கூட தெம்பற்றவளாக சரவை அனுப்பினாள்.

ஞாயிறு கடந்து திங்கள் வந்தது. திரும்பிப் பார்க்கவே தோன்றாமல் காரைப் பார்க் செய்யக் கொடுத்துவிட்டு விடுவிடுவென நடந்து லிஃப்ட் பட்டனைத் தட்டி உள்ளே சென்றாள். லிஃப்டிற்குள் முதல் அடி வைக்கும் வரை இருந்த சச்சினின் நினைவு வசதியாக உள்ளே நின்றபோது அவள் நினைவிலிருந்து மறைந்து போனது. சீட்டில் உட்கார்ந்து விட்டு சிஸ்டத்தை முன்நகர்த்தும் போது நேற்றைய கால்வலி இன்னும் மிச்சமிருப்பதாகத் தோன்றியது. தியாவும் சீட்டிற்கு வந்த பிறகு காப்பிக்காக எழுந்தார்கள். "ஒரு வழியா கலர் ஜிகினா பேப்பர்ஸ் வாங்கிட்டியா?" என்னும் தியாவிடம் செல்ஃபோனில் போட்டோ எடுத்து வைத்திருந்த ஜிகினா பேப்பர்களின் படங்களைக் காட்டினாள். ஜிகினா காகிதங்கள் நெகிழிக் குழாயிலிருந்து வண்ண வண்ணமாக அருவி போல் கொட்டின.

பின் எப்போதும் படிக்கட்டுகளில் ஏறும் நாள் அவர்களுக்கு வரவேயில்லை.

வாலெயிறு ஊறிய நீர்

எத்தனையோ முறை சொல்லிவிட்டாள் இசைநங்கை இப்படிச் செய்யாதே என்று. பசுபதிக்கு மண்டையில் ஏறியதே இல்லை. வலியுறுத்திச் சொன்னால் அவனுக்கு கண்மண் தெரியாதக் கோபம் வரும். முன்பு இருந்த நிலையிது. இப்போது அப்படி இல்லைதான். ஆனால் உள்ளும் புறமும் முழுக்க மாறிவிடவில்லை என்பது இசைக்கு நன்றாகத் தெரியும். இசை அவளது தோழிகளிடம் எல்லா விஷயமும் வெளிப்படையாகப் பேசியதில்லை. இல்லையெனில் இந்த விஷயத்தில் அவர்களின் அபிப்பிராயம் கேட்கலாம். ஆலோசனை பெறலாம். சினிமா கதை, ஷாப்பிங் கதை, மாமியார் நாத்தனார் கதை பேசியிருக்கிறாளே தவிர பெட்ரூம் கதை பேசியதேயில்லை.

இசைநங்கைக்கு தோழிகளிடம் பேசவும் விருப்பமில்லை. ஒரு செய்தி கூறினால் பல செய்திகளாகக் குட்டிப் போடுமோ என்று பயந்தாள். முன் அனுபவம் அப்படியிருந்தது. பதின்ம வயது காலத்தில் இசைநங்கை வசித்த ஊரின் செல்வாக்கு மிகுந்த பையனொருவன் இசையின் பின்னால் சுத்தோ சுத்தென்று சுத்தினான். வீட்டில் என்ன சொல்வார்கள் என்று தெரியவில்லை பயமாயிருந்தது. அவன் சுற்றுவது இசைக்கும் பிடித்துதான் இருந்தது. ஓரிரு கடிதம் கூட கொடுத்திருந்தான். எப்படிப் பேசுவது என்ன செய்வது என்று தெரியவில்லை. வீட்டு மனிதர்களிடம் என்ன சொல்ல வேண்டும், என்ன கேட்க வேண்டும் என்று புரியாத நிலையில் அந்தப் பிடித்தம் மட்டும் மனதில் கொண்டு, அவனுடன் ஓடிப்போய் விடலாமா என்று அல்லும் பகலும் திட்டமிட்டுக் கொண்டிருந்தாள்.

வேடிக்கை என்னவென்றால் இசைநங்கை விடிய, விடிய போட்டுக்கொண்டிருந்தத் திட்டம் அவனுக்குக் கூட தெரியாது.

பிறகு ஒருநாள் குடும்பச் சூழல் காரணமாக வேறு ஊருக்கு குடியேறினாள். அத்துடன் அவன் காதல் கதை முற்றுப் பெற்றது. இன்றைய தேதிக்கு அவன் நேரில் வந்து நின்றாலும் இசைக்கு அடையாளம் தெரியாது. அந்த அளவில்தான் பழக்கம் இருந்தது. நெருங்கி ஒருநாள் கூட பார்த்தது இல்லை. தலைமுடியை வானத்தைப் பார்த்து ஒரு கோதல் விடுவான். தூரத்தில் இருந்து பார்த்திருக்கிறாள். அதுபோல யாரேனும் செய்தால் அவன்தானோ என்று சிலகாலம் நினைத்துக் கொண்டிருந்தாள். அப்படி ஒருநாள் பிள்ளையார் கோவில் சந்து பக்கம் ஒருவனைக் கண்டுவிட்டு, தோழி ஒருத்தியிடம் கூற அச்செய்தி சிலரிடம் பரவி திரும்ப அவளிடமே வருகையில், "நீதான் அடிக்கடி அவன்கிட்ட பேசிட்டு இருக்கியாமே" என்று மாறியிருந்தது. இப்படி நான்கைந்து முறையாக அடிபட்ட பின்னரே இனியெதுவும் யாரிடமும் சொல்வதில்லை என்ற முடிவிற்கு அப்போதே வந்திருந்தாள்.

மவுத் வாட்டரிங் பற்றிப் படித்த போது ஒன்றும் தோன்றவில்லை. அதுவும் ஒரு செய்தி எனக் கடந்துவிட்டாள். ஒரு பழைய பாடலில் 'வாயிலிருந்து வரும் அமிழ்து' எனப் படிக்கையில்தான் 'ச்சீய், என்றிருந்தது. எச்சில் இனிக்குமா!

பசுபதிக்கு நேக்குபோக்கெல்லாம் கிடையாது. ஒரு விஷயம் வேண்டாமென்றால் ஏன் எதற்கு என்ற யோசனை இல்லை. எடுத்தோம் கவிழ்த்தோம்தான் எல்லாவற்றிற்கும். இசைக்கு அப்படியில்லை. ஒரு விஷயம் நெருடினால் முடிந்த வரை அதன் விவரங்கள் சேகரித்து விலாவரியாகத் தெரிந்துகொள்ள வேண்டும். பிடித்தாலும் அப்படித்தான். பிடிக்காவிட்டாலும் அப்படித்தான். இந்த ஆராய்ச்சி குணம்தான் அவளது பொறுமைத் தன்மைக்கு முக்கியக் காரணம்.

இதைப் பற்றித் தெரிந்து கொள்வோமென நினைக்கையில்தான் பழைய இலக்கிய வரிகள் சிந்தனையில் வந்தது. எச்சில் முத்தம் போன்ற சொற்பதங்களை நினைக்கையிலேயே உவ்வேக் என்றிருந்தது. அப்படியே ஒத்தி எடுக்கறது போல

பத்தாதா அதென்ன எச்சில் விட்டுக்கொண்டு.. கல்லூரியில் படிக்கிறபோது தோழிகள் பேசும் அவன் அவளை லிப் டூ லிப் கிஸ் அடிச்சிட்டான்டி போன்ற கிசுகிசுக்களில் ஆர்வம் வரவில்லை. அடிச்சிட்டானாம் அது என்ன அடிக்கிறதா என்று தனக்குள் கேட்டுக்கொண்டு ஏதோ உளறுகிறார்கள் என்று நினைத்துக்கொள்வாள்.

பெண்களிடம் பேசத் தயங்கிய அவளது மனது டக்கென்று நண்பன் குமாரிடம் கேட்டுவிடத் தீர்மானித்தது. அவனுக்கு அவளிடம் பொய் சொல்லவே தெரியாது. இசை ஒரு நிகழ்வு குறித்து என்ன நினைக்கிறாள் என்று அவள் சொல்லாமலேயே குமாரால் சொல்லிவிட முடியும். எங்கிருக்கிறாய் என்று குமார் கேட்டு இந்த இடத்தில் இருக்கிறேன் என்று மட்டும் இசைநங்கை கூறுவாள். அந்த இடத்தில் அவளுக்கு என்ன தேவை, எப்படி வரவேண்டும், இசையின் பாதுகாப்பு என்று அனைத்தும் சரசரவென்று மெல்லிய நகைச்சுவையூனூடே கூறிவிடுவான். அத்தனை சௌகரியத்தன்மை அவனிடம் பேசுகையில் உணர்வாள். இசையிடம் எந்தப் பூடகமும் இல்லாமல் பேசுவான். பேச அனுமதிப்பாள். அத்தகைய அனுசரிப்பு, புரிதல் இருவருக்குமிடையே இருந்தது. இருக்கும். ஆகவே, குமாரிடம் இதுகுறித்துப் பேசவேண்டும் என்று இசைக்கு தோன்றியது இயல்புதான். குமாரின் நேரம், சூழல் பற்றிக் கேட்டாள். அவள் எதுவோ பேசுவதற்காகக் கேட்கிறாள் என்பதைப் புரிந்துகொண்டான். எதிர் கேள்வி எதுவுமில்லை. உடனடியாக, மாலை நேரத்தில் பேசலாம் என்றான். ‘சொல் ஆழி வெண்சங்கே’ என்ற ஆண்டாளின் வரியிலிருந்து ஆரம்பித்து, பேசி இப்படித்தான் எல்லாப் பெண்களுக்குமா இல்லை எனக்கு மட்டும் இப்படி ஒவ்வாமையா என்று கேட்டாள்.

குமார், “அதுக்கு நான் எல்லா லேடிஸ்கிட்டயும் இப்படிப் பழகியிருக்கணும்ல.. அப்பத்தானே சரியா சொல்ல முடியும்” என்றான் சிரிக்காமல். இசைநங்கை சிரித்துவிட்டு, ‘பதில் சொல்லு’ என்றாள்.

சின்ன வயதில் நெஞ்செல்லாம் வெளுப்பும் கருப்புமாக முடி கசகசத்துக் கிடந்த மாமா ஒருவர் இழுத்துப் பிடித்து

வைத்துக்கொண்டு கன்னத்தில் முத்தம் கேட்டார். பிடியின் இறுகல் காரணமாகக் கேட்டபடி கொடுத்துவிட்டு ஓடி, வீட்டில் போய் நின்றுதான் மூச்சுவிட்டாள். பதிலுக்கு அந்த மாமாவும் கொடுத்து விட்டுத்தான் பிடியை விட்டார். முகம், கை, கால் எல்லாம் தண்ணீரில் கழுவி கண்ணாடி பார்க்கும் போது அந்த முடிகள் இன்னும் கண்களுக்கு வெகு அருகில் தெரிந்தன. திரும்பக் கன்னத்தில் தோலோடு தோலாக ஒட்டியிருக்கும் ஸ்டிக்கரைப் பிய்த்தெடுப்பது போல் அந்த இடத்தைப் பிய்த்து அவளது சிவந்த கன்னம் மேலும் சிவக்கச் சிவக்கக் கழுவினாள். அன்றிலிருந்து எந்த ஆண் அருகிலும் நிற்பதில்லை. கைப்பிடிக்க நீட்டும் போதே ஓடிவிட வேண்டும் என்று நினைத்துக் கொண்டு நாலடி எட்டித்தான் நிற்பாள். யாரிடமும் கன்னம், நெற்றியில் கூட வாங்கியதில்லை.

இசை நங்கைக்கு என அமைதியான குணமும் பிறர் பேச்சை செவிமடுத்து நிதானமாகப் பதிலுரைக்கும் பாங்கும் உண்டு. அப்பாவியான முகக்களையில் மஞ்சள் கலந்த தோலின் நிறத்தோடு இருப்பவள். பேசுகையில் சில பெரியவர்கள் வாழ்த்துச் சொற்களோடு இரு கைகளாலும் நெற்றியில் இருந்து முகம் வருடி வாயில் இட்டுக் கொண்டதுண்டு, அவ்வளவுதான். ஆனால், முதன்முதலில் எச்சில் எல்லாம் வைத்து இப்படிக் கொடுக்க ஆரம்பித்தது பசுபதிதான். முதலில் திகைத்து விட்டுவிட்டாள்.

பிறகு, வெப்பமாக கார்பன் டை ஆக்ஸைடை இரையவிட்டு மூச்சில் இடையூறு செய்து எச்சில் புகட்டிக்கொண்டு உவ்வேக் இது என்ன செயலோ.. இந்த எண்ணத்தோடு நெருங்கினாலே சீறிக்கொண்டு வரும் அந்தக் கரியமிலவாயுவை சுவாசித்துவிடக் கூடாது என்றெண்ணி மூச்சை இழுத்துப் பிடித்துக்கொண்டு தம் கட்டுவாள். எவ்வளவு நேரம்தான் முடியும்! முகத்தை திருப்பி மூச்சு விட்டுவிட்டுத் திரும்புவாள். "ஆளை விடப்பா ஸாமி" என்று கூறி எழுந்து தண்ணீர் ஊற்றிக் கொப்பளித்து துணியினால் அழுந்த துடைத்துக் கொள்வாள். ரத்தம் பட்டென்று பாய்ந்து உதடு மேலும் சிவந்து தெரியும்.

பசுபதி கூட சொல்லியிருக்கிறான்.

“அது ஏன்டி இசை இப்படி... உன் மேல தப்பே இல்லாம நான் கோவப்பட்டா கூட அமைதியா போயிடற, நகை, நட்டு, புடவன்னு கேக்குறது இல்ல, யார் கிட்டயும் எந்த வம்பு தும்பும் கிடையாது, ஆளு நல்லா வடிவா இருக்க, நல்ல டிரஸிங் சென்ஸ் இருக்கு ஆனா இதுல மட்டும் ஏன் இப்படி இருக்க!!”

அது என்னவோ நீ என்ன வேண்டுமானாலும் சொல்லிக்கொள் என்பதாக அப்படித்தான் இருப்பேன் என்று இருந்தாள். இசையைக் கடிந்து கொள்ளவும் மனம் வராது பசுபதிக்கு. நொடிக்கு நூறு முறை இசை இசை என்று அழைத்துக்கொண்டிருப்பான். கண்முன்னே இருக்கும் பெல்ட்டைக் கூட “இசை பெல்ட் பாத்தியா” என்று கேட்டு விட்டுத்தான் எடுத்து மாட்டிக் கொள்வான். இத்தனை நாளும் இதுகுறித்து ஆழ்ந்து யோசிக்காமல் தவிர்த்து வந்தவளுக்கு இப்பொழுது ஏனோ அதுகுறித்த சிந்தனையே மூளையில் பரவியிருந்தது.

மாடியில் இருந்து தோட்டத்தைப் பார்த்துக்கொண்டிருந்தாள். 4800 சதுர அடியில் 850 சதுர அடி மட்டுமே வீட்டிற்கு எடுக்கப்பட்டிருந்தது.. மற்ற பகுதி அனைத்தும் தோட்டமாக பூக்கள், செடிகள், கொடிகள், மரங்கள் என்று செழித்திருந்தன.. இப்படி மாடியில் நின்று தோட்டத்தைப் பார்ப்பது இசைநங்கைக்கு அலுக்காத விஷயங்களில் ஒன்று. எப்படிப்பட்ட மனநிலையும் சாந்தமாக்கி விட்டுவிடும். பிப்ரவரி மாதம் பிறந்து விட்டிருந்தப்படியால் பறவைகள் கீச்கீச்சென்று பாடிக்கொண்டு இணையுடன் திரிந்தன. ஒன்றுடன் ஒன்று மூக்கை ஈஷிக்கொள்வதும் வாயைப் பிளந்து இறகுகளுக்குள் ஒட்டிக்கொள்வதும் இணையாகப் மறப்பதும் அமர்வதுமாக இருந்தப் பறவைகளையே நீண்ட நேரம் பார்த்துக்கொண்டிருந்து வானைப் பார்த்தாள். தனது கேள்விக்கு நண்பன் குமார் கூறியது நினைவில் வந்தது.

“நான் உங்கிட்ட பொய் சொல்ல மாட்டேன், என்னால முடியாது. ஆனா பேசாம தவிர்க்கலாம்ல? இதுக்கு என் பதில் ‘நோ கமெண்ட்ஸ்.’ ஏன்னா கொஞ்ச நேரங் கழிச்சு பிறகு உன் மனசுக்குத் தெரியும். இது என் நழுவல் பதில் இல்ல. நீ

தவிர்த்துக்கிட்டு இருக்கற இன்னும் யோசிக்காத பதில். எது ஒன்னையும் ஆழ்ந்து பாக்கறது உன் வழக்கம். ஆழ்ந்து மனசொன்றி செய்யறது பத்தி யோசி! தட்ஸ் இட்"

வானில் நீலநிறப் பஞ்சுப்பொதி போன்ற மேகக் கூட்டங்கள் படிப்படியாக நகர்ந்து நிலவை வெளிப்படுத்திக் கொண்டிருப்பதைக் கவனித்தாள்.

முன்பு நடந்தவற்றை நினைத்து புன்னகைத்துக் கொண்டாள்.

எக்ஸ்

நிறுத்தத்திலிருந்து பேருந்து நகரத்தொடங்கிய போது வேலாயுதம் ஓடிவந்து பேருந்தின் பின்படிக்கட்டுகளில் ஏறினான். மூச்சு வாங்கியது. அவசரமாக ஓடிவந்தது கண்களின் தெளிவின்மையான பரபரப்பில் தெரிந்தது. வழக்கமான பேருந்து, வழக்கமான நேரம். வேலாயுதம்தான் காலதாமதம். பரபரப்பு அடங்கியப்பின் உள் நகர்ந்து முதுகைக் கம்பியில் சாய்த்து வசதியாக நின்றுகொண்டான். இரண்டு மாதமாகத் தொடர்ந்து பயணித்ததில் பழக்கமாகியிருந்த நடத்துநரைப் பார்த்து மெலிதாகப் புன்னகைத்தான். அவரிடமிருந்து பார்வையைத் திருப்புகையில் ஒரு முகம் பார்வையில் மோதியது. பெண்கள் வரிசையில் அமர்ந்திருந்த பச்சைப் புடவை ஈர்த்தது. திரும்பவும் பார்க்க எத்தனித்தான். கும்பல் மறைத்தது. பின்பக்கத்தில் இருந்து பார்ப்பது இயலாத காரியமாயிருந்தது. முன்பக்கம் நகர்ந்து செல்லும் முயற்சிகள் பலனளிக்கவில்லை. ஆலமர நிறுத்தத்தில் கொத்தாக இறங்கினார்கள். இப்போது நன்றாக அந்தச் சீட்டைக் கவனிக்க முடிந்தது. ஆனால் முன்பு பார்த்த பெண்தானா இது வேறா சந்தேகம் உதயமானது. தொடர்ந்து உற்றுப் பார்க்கவும் சங்கோஜமாக இருந்தது. அதற்குள் இறங்க வேண்டிய நிறுத்தம் வந்து விட்டிருந்தது.

ஆஃபிஸிலும் அவனுக்குள் பச்சைப் புடவையின் சிந்தனையே ஓடியது. பழைய நினைவுகள் ஈரமண் வாசமாய் கிளர்ந்தது. தப்பிக்க முடியவில்லை. கல்லூரி சேர்ந்த மூன்றாம் வருடம் தீபாவை மெலிந்த இடையும் வனப்பான இளமையுமாகப் பார்த்தான். தழைத்துச் செழித்திருந்த வாழைத் தோப்பை

நினைத்துக்கொண்டான். பார்த்த நொடியில் வெகுவேகமாக அவளுடன் தன்னை ஐக்கியமாக்கிக் கொண்டான். வயதின் துடிப்பு அலைந்தது. தூரத்து உறவுக்காரியாக வேறு இருந்ததால் நெருக்கம் அதிவேகத்தில் நிகழ்ந்தது. சந்திக்காத வாரம் இல்லை. தியேட்டர்களின் மூலை இருக்கைகள் இவர்களுக்காகவே காத்திருக்கத் தொடங்கின. பூங்கா, ஹோட்டல், ஆற்றங்கரை என்று எந்த இடத்தையும் விட்டு வைக்கவில்லை. இடைப்பட்ட நாட்களை சாட், ஃபோட்டோஸ் என்று நிரப்பிக் கொண்டார்கள். சினிமா பாடல்கள் இவர்களை வைத்தே புனையப்பட்டன. கனவுகளை கலந்தாலோசித்து சிரித்துக் கொண்டார்கள். பிறகு உப்புச் சப்பில்லாத விஷயத்தில் இரண்டு பேரும் சண்டையிட்டுப் பிரிந்தார்கள்.

அதன் பிறகு வேலாயுதம் விரைவாக வேறுசில காதல்களில் விழுந்தான். அதனில் ஒன்றைக் கல்யாணம் வரை கொண்டுசென்று நாங்கள் மேட் ஃபார் ஈச் அதர் என எல்லோரிடமும் சொல்லிக் கொண்டான். பெரிய வேலை, ப்ரமோஷன், பிள்ளைகள், மனைவி சம்பாத்தியம் என்று வெகு இயல்பாக வாழ்ந்துகொண்டிருந்தான். அவ்வப்போது தீபா நினைவில் வருவாள். ஆனால் தீபா உறவிலிருந்து ரோஷமாக வேலாயுதத்தைக் கத்தரிப்பதாகச் சொல்லி வந்துவிட்டாளே தவிர மனதளவில் கத்தரிக்க இயலவில்லை. வேர் ஆழமாக ஊடுருவியிருந்ததை உணர்ந்துகொண்டாள். மறப்பது இயலாத ஒன்றாக இருந்தது.

திரும்பச் சந்திக்க முயற்சி செய்தாள். அவன் போன் நம்பரை மாற்றி விட்டான். தொடர்ந்து அவனுடைய நண்பர்களுக்கு போன் செய்து பேசினாள்.

"ஒரு தடவை எங்கிட்ட பேசச் சொல்லுங்கண்ணா"

இருவருக்கும் பொதுவான நண்பர்களுக்கு போனில் நீண்ட கடிதமாக எழுதி அவனிடம் சேர்ப்பிக்க வேண்டினாள். அவன் எதையும் கேட்கும் பார்க்கும் நிலையில் இல்லை. எந்த முயற்சியும் கைகூடவில்லை. தொடர்பு துண்டிக்கப்பட்டது.

அது நடந்தே பதின்மூன்று வருடங்களாகி விட்டது. வேலாயுதத்திற்கு பஸ்ஸில் பார்த்த பச்சைப் புடவைப்பெண்

தீபாவின் சாடையாகத் தெரிந்தாள். இல்லை அவள்தான் என்று மனது கூறியது. உறுதிபடத் தெரியவில்லை. அவள் எளிதில் மறக்கக்கூடிய உருவம் இல்லை. உயரமும் அதற்கேற்ற உடல்வாகும் கொண்ட பெண். நேர்த்தியாக உடுத்துவாள். அவளது சிறிய இடையும் மஸ்காரா போட்ட பெரியக் கண்களும் கண்முன்னே வந்துபோயின. எத்தனைப் பேருடன் பழகியிருந்தாலும் தீபா தனித்த ஒருத்திதான் மாற்றுக் கருத்தில்லை. முழுமையான அன்பை அளித்தவள். மனதில் என்றும் நின்றுவிட்ட காதல் தீபம் என்பதெல்லாம் திருமணம் செய்து இரண்டு பிள்ளைகள் பெற்ற பிறகுதான் உணர முடிந்தது. நினைவுகளில் ஆழ்ந்து போனவனுக்கு எப்பொழுது அடுத்த நாள் காலைப்பொழுது வரும் என்றிருந்தது.

அடுத்த நாள் அரைமணி நேரத்திற்கு முன்னதாகவே வந்து காத்திருந்து அதே பேருந்தில் ஏறித் தேடினான். இறங்கும் வரையில் தேடினான். இன்று அப்படியொரு பெண்ணே ஏறவில்லை. 'கற்பனையா? நிஜமா' மனதில் கேள்வி வந்தது. பல முதுகு புறங்கைகளுக்கு ஊடே எதற்காகவோ திரும்பிய அந்தப் பெரியக் கண்களில், நனைத்தெடுத்த சோகம் சொட்டியபடி இருந்ததே.. முன்பு மகிழ்ச்சி அலையடித்தபடி இருந்தக் கண்களல்லவா! தொடர்ந்து அடுத்தடுத்த நாட்கள் விடாப்பிடியாக அதே நேரத்தில் அதே பேருந்தில் பயணித்தான். ஏறக்குறைய பதினைந்து நாட்களுக்குப் பிறகு பார்த்தான். தீபாவேதான், பல வருடங்களுக்குப் பிறகு பார்க்கிறோம். தொன்னூறு சதவீதம் அவள்தான், ஒருவேளை அவளாக இல்லை என்றால்? அவளாகவே இருந்தாலும் அப்போது நாம் நடந்துகொண்ட அழகிற்கு இப்போது பேசுவாளா திட்டிவிட்டு விலகுவாளா...

அலுவலகத்தில் வேலை ஓடவில்லை. தீபாவுடன் பழகிய நாட்கள் நினைவில் வந்து அலைக்கழித்தது. பரபரவென்று ஹார்மோன்கள் முந்தைய வருடங்களுக்குத் தாவின. கல்லூரியில் அமர்ந்திருப்பது போலிருந்தது. எழுந்து சென்று கண்ணாடியில் நின்று பார்த்தான். இளமையாகவே இருக்கிறோம் என்று நினைத்துக்கொண்டே இருக்கைக்கு வந்தான். வேலை ஓடவில்லை. முக்கியமான சில ஃபைல்களை பார்த்துவிட்டு வாடகைக்கு வண்டி புக் செய்து ஐயப்பன் கோவிலுக்குச்

சென்றான். தனிமை தேவைப்பட்டது. சுத்தமான அமைதியான வளாகம். ஒரு தூணில் சாய்ந்து அமர்ந்து கடிவாளமின்றி சிந்தனையை ஓடவிட்டுக் கவனித்தான். பழைய நிகழ்வுகளில் ஆழ்ந்து ஆயாச மிகுதியில் உறக்கம் போன்ற ஒரு நிலை வந்தது. ஆனால் உறக்கமில்லை. தீபாவுக்கு என்னாயிற்று ஏன் இந்த சோகம்! பொருளாதார வசதி கொண்ட குடும்பம்தானே அவர்களுடையது. முதலில் அவள்தானா என்பதை உறுதிசெய்ய வேண்டும். பிறகு அடுத்து என்னப் பேசுவது என்பது குறித்து முடிவு செய்வோம் என்று நினைத்தபடி எழுந்துகொண்டான்.

அடுத்த நாள் பயணிக்கையில் அவளும் பார்த்தாள். அவளுக்கு நேரிணையான சீட்டில் அமர்ந்து கொண்டான். எந்தவிதமான முகபாவனையும் காட்டாமல் இருந்தாள். அவளையே பார்த்துக் கொண்டிருந்தான். அவள் பக்கத்தில் அமர்ந்திருந்த பூப்போட்ட சேலை பெண் இறங்கியதும் துணிந்து போய் அவள் அருகில் அமர்ந்து கொண்டான். அவனுக்குப் பதட்டமாக இருந்தது. அதைப் பொருட்டே செய்யாமல் அவனைத் தாண்டி இடித்துக்கொண்டு இறங்கி விட்டாள். அவள் புடவை உரசியது. பழையபடி கல்லூரி நாட்கள் நினைவுக்கு வந்தது. அடுத்த நாள் வார் வெளுத்து உரிந்து கொண்டிருந்த பிரௌன் கலர் தோள் பையை ஜன்னல் வழியே சீட்டில் வைத்துவிட்டு கைகளில் இறுகப் பிடித்திருந்த வாலெட்டுடன் படிக்கட்டுகளில் ஏறத் தயாரானாள். அவள் ஏறி வருவதற்குள் அவளது பையை எடுத்து ஆராய்ந்து திரும்ப எடுத்த இடத்தில் வைத்துவிட வேண்டும் என்று துணிந்து எடுத்துவிட்டான்.. பார்க்கும் ஆர்வத்தில் அவள் பேருந்துக்குள் ஏறி இருக்கையருகே வந்துவிட்டதைக் கவனிக்கவில்லை. பார்த்துவிட்டாள். இப்போதும் எதிர்ப்பு, மகிழ்ச்சி என எந்தவித முகபாவனையும் காட்டாமல் பின்ஸீட்டில் அமர்ந்திருந்த அவன் கையிலிருந்து பையை வாங்கிக்கொண்டு உட்கார்ந்தாள்.

அவள் பையை ஆராய்ந்ததில் அவள் வேலைப் பார்க்கும் இடம், மொபைல் நம்பர் அவனுக்குக் கிடைத்து விட்டிருந்தது. எப்போது பேசுவோம் என்று துடித்தான்.

அலுவலகம் சென்றபின் வேகவேகமாக அந்த எண்ணிற்கு அழைப்பு விடுத்தான்.

“டிர்ர்... டிர்ர்...டிர்ர்...”

“ஹலோ”

அவள்தான்.

“தீபாதானே”

“ம்ம்ம்”

அந்த ம்ம்ம் இல் வேலாயுதத்தின் குரலைக் கண்டுபிடித்த சந்தேகமின்மைத் தெரிகிறது. கூடவே பழகிய உரிமையும் தெரியாமலில்லை. அதைப் புரிந்து புன்னகைத்துக்கொண்டான்.

“நீ எப்படி இருக்க”

“நாளைக்குப் பேசறேன்”

வைத்து விட்டாள்.

அழுத்தம்!

உடனடியாகத் தனக்குத் தெரிந்த உறவினர்களை வைத்து அவளின் குடும்பத்தைப் பற்றி டூடெயிலாக விசாரிக்க முயற்சி செய்தான். தீபா கல்யாணம் செய்து வேறு ஊருக்கு குடியேறியதில் அவர்களுக்கு அவளைப் பற்றி சரிவரத் தெரியவில்லை. கணவன் மனைவிக்குள் ஒருமுறை சண்டை வந்ததாகப் பெரியப்பா மகன் கூறினான். தீபாவின் ஒன்றுவிட்ட அத்தை அவனிடம் சொன்னதாகக் கூறினான். தெளிவாக எதுவும் அறிந்துகொள்ள முடியவில்லை.

இரவு உறக்கம் வராமல் புரண்டுகொண்டிருந்தான். கொஞ்சம் வெப்பநிலை மாறினாலும் விழித்துவிடும் பழக்கமுடையவன். கூடம் மற்றும் இரண்டு அறைகளில் குளிர்சாதன வசதி செய்யப்பட்டுள்ளது. இதில் பழகிவிட்டதினால் சிறிது வெப்பமென்றாலும் உறங்க முடியாது என்பது வீட்டிலுள்ள எல்லோருக்கும் தெரியும்.

அதனால்தான் தூங்காமல் புரண்டு கொண்டிருக்கிறான் என்று நினைத்து மனைவி ஏசி குளிரை மிகைப்படுத்தினாள். அவனுக்கு எப்போது விடியும் என்று இருந்தது.

விடிந்ததும் அவனது அம்மா தினமும் பஸ்ஸில்

போய்வருவதனால் உடல் வலியா என்று கேட்டாள். காரை எடுத்துக்கொண்டு போகச் சொன்னாள். பதவி உயர்வு என அடுத்த மாவட்டத்திற்கு மாறுதல் பெற்ற உடனேயே இருக்கும் இரண்டு கார்களையும் விடுத்து பஸ்ஸில் போக முடிவு செய்துகொண்டான். சாலையின் நிலை அப்படியிருந்தது. அவனுக்கும் பஸ்ஸில் பிரயாணம் செய்து சில வருடங்களாகியிருந்தது. ஆகவே பொது போக்குவரத்தைப் பயன்படுத்திக் கொள்வோம் என்று போய்வருகிறான்.

இன்று பேருந்தில் ஏறியவுடன் அவனைப் பார்த்துப் புன்னகைத்தாள். இளஞ்சிவப்பு வண்ணப் புடவை உடுத்தியிருந்தாள். தலைக்குக் குளித்திருப்பாள் போலிருக்கிறது. முடிக்கற்றைகள் அவள் முகத்தில் மோதியபடி பறந்து கொண்டிருந்தது அவனை அலட்சியப்படுத்துவது மாதிரி இருந்தது. அவள் நிறுத்தம் வந்ததும் இறங்கிக்கொண்டாள். அவனுக்கு ஏமாற்றமாக இருந்தது எனினும் போய், போய் நிற்க மனது இடம் கொடுக்கவில்லை. தொங்கிக்கொண்டு இருப்பதா..

மதிய உணவு இடைவேளையில் அவளே அழைத்தாள். அப்பாடா.. வேண்டுமென்றே அழைப்பைத் தவறவிட்டான். விடாமல் அடுத்தும் செய்தாள். மறக்காமல் பிங்க் கலர் புடவையில் அழகாக இருந்தாயென்றான். பேசினார்கள். சந்திக்க அழைப்பாள் என்று நினைத்தான். நடக்கவில்லை. இருவர் பேசியதும் கடந்துவந்த சொந்த வாழ்க்கையைப் பற்றிய அவசர முன்னோட்டங்கள்.

அடுத்து வந்த நாட்களில் பக்கத்து பக்கத்து இருக்கைகளில் அமர்ந்து பயணித்தனர். அவன் நினைத்தது போலவே அவளும் நினைத்திருக்கிறாள். அவன்தானா, பேசுவானா என்று சந்தேகித்ததாகக் கூறினாள். தெரிந்தபின் ஏதோ தயக்கம் காட்டி அமைதியானாள்.

அவரவரை நினைத்துச் சத்தமாகச் சிரித்துக்கொண்டார்கள். தோள்பை புதியதாக இருந்தது. அவன் கவனித்தது தெரிந்து தோளில் மாட்டும் பையை புதிதாக மாற்றியிருக்கிறாள் என்று நினைத்துக்கொண்டான்.

ஒரு வாரம் சென்றது.

“தீபா.. நீ சந்தோஷமா இருக்கியா”

“ம்ம்.. இருக்கனே”

மறைக்கிறாள். எப்படிப் பேசவைப்பது என்று நினைத்தான். டிவி தொடர்களில் கணவன் தனது மனைவியை அடித்து வதைத்துத் துன்புறுத்துகையில் அனிச்சையாக தீபாவின் நினைவு வந்தது. இன்று பேசிவிடுவது என்று முடிவு செய்தான். உணவு இடைவேளையில் அழைத்தான். பத்து நாட்களில் அவளுக்குப் பிறந்த நாள் வரவிருப்பதை நினைவுப்படுத்தி வாழ்த்துகள் கூறினான். சிரித்தாள். முதன்முதலில் பார்த்த போதும் அதற்கு அடுத்த முறைகளும் ஏன் டல்லாக இருந்தாயென்று இயல்பாகப் பேசுவது போல பேச்சோடு பேச்சாகக் கேட்டான். மாதாந்திர சுழற்சி நாட்கள் அதனால்தான் என்றாள். அவளுக்கு வாங்கித் தருவதாகத் தெரியக் கூடாது என்றெண்ணி ஹேன்ட் பேக் ஒன்று பரிசளிக்க விரும்புவதாகக் கூறினான். மறுபக்கம் சிரிப்புச் சத்தம் கேட்டது. வாட்ஸப் மெஸேஜ் செய்கிறேன் திறந்து பார் என்று கூறி நேரமாவதாக அழைப்பைத் துண்டித்தாள்.

அவசரமாக வாட்ஸப்பை நாலு இலக்க பின் டைப் செய்து திறந்து பார்த்தான். இமேஜஸ் மேலிருந்த அம்புக்குறிகள் சர்ரென்று ரவுண்ட் அடித்து சரசரவென்று படங்கள் இறங்கின. முப்பதுக்கும் மேற்பட்ட தோள்பைகள் அலமாரியில் அடுக்கி வைக்கப்பட்டிருக்க அருகில் தீபா நின்று தம்ஸப் காட்டிக் கொண்டிருந்தாள். அதையே நான்கைந்து கோணங்களில் படமாக்கியிருந்தாள். அடுத்த நாள் கால் செய்தாள். அவளே ஆரம்பித்தாள். ராசி சென்டிமென்ட் படி எப்போதாவது பழைய பேக் ஒன்றை மாட்டிக்கொண்டு போய்வருவாளாம். அவனைச் சந்திக்க வரும்போது கூட ஒருமுறை சண்டை வந்தால் திரும்ப அதே ஆடையை அணிந்து சந்திக்க வராத அவளது சென்டிமென்ட் மோகம் நினைவுக்கு வந்தது. வெள்ளிச் சங்கிலி இணைத்து தங்கத்தில் இனிஷியல் பதித்த தோள்பை கணவர் பரிசளித்தது இருக்கிறதென்றாள். நெருங்கிய உறவினர்கள் வீட்டு நிகழ்வுகளுக்கு மட்டும் எடுத்துச் செல்வேன் என்றாள்.

அதனையும் தனியே புகைப்படமெடுத்து அனுப்பினாள். பிறகு ஏதோ சில டெக்ஸ்ட் மெஸேஜ்களை அனுப்பினாள். 'ம்ம் ம்ம்' என்று பதில் அனுப்பினாள். சில நகைச்சுவை மெசேஜ்களை ஃபார்வர்ட் செய்து அவளே வாயின் இருபக்கமும் கோடிட்ட சிரிப்பு ஸ்மைலிகளை அனுப்பினாள். அவன் பதிலெதுவும் அனுப்பவில்லை. தொடர்ந்து 'ஹவ் ஈஸ் இட்' என்று கேட்டிருந்தாள்.

கடமைக்கென அவற்றின் மேல் விரலை அழுத்தி சிரிப்பு ஸ்மைலிகளை தோன்றச் செய்தான். சிறிது நேரம் அப்படியே அமர்ந்திருந்தான்.

வேலாயுதத்திற்கு ஒரு மாதிரியாய் மனம் குலைந்தது. ஏமாற்றப்பட்டதாக உணர்ந்தான். மனதில் இனம்புரியாத சோகம் சூழ்ந்துகொணாடது. தலையைக் குனிந்து பார்த்தான். தனக்கே தன் முகம் கறுத்து இரட்டையாகத் தெரிந்தது. ஒரு பக்கம் கோபம் மூண்டது. பக்கத்தில் இருப்பவர்களிடம் சரியாகப் பேச முடியவில்லை. முகம் இருண்டு கிடந்தது. திப்பென்று பள்ளத்தில் விழுந்தது போலிருந்தது. இயல்பு நிலைக்கு வரவில்லை.

வீட்டில், அலுவலகத்தில் ஏன் ஒரு மாதிரியாக இருக்கிறாயென்றார்கள். அவனது கண்கள் நினைவில் நனைத்தெடுத்த துயரைச் சொட்டிக்கொண்டிருந்தன..

அடுத்த நாளிலிருந்து அலுவலகம் செல்லும் வழித்தடத்தை மாற்றிக்கொண்டான்.

போனிலிருந்த அவள் நம்பரை அழித்தான்.

உதட்டோர மென்குழிவு அசைந்தமரும் சிற்பம்

கேமரா சகிதம் போனவனுக்கு ஓர் ஆள் இருப்பதான அசைவுணர்வு தோன்றவும் திரும்பிப் பார்த்தான். சுற்றிலும் பார்த்தான். எவரும் தென்படவில்லை. எதிரில் இருந்த தூண் வரிசைகளில் புடைத்தெழுந்திருந்த உருவங்களைக் கவனித்தான். தூணின் மேற்புற அலங்காரங்களை அண்ணாந்து பார்த்துச் சுற்றி வந்தான். யாரும் இல்லை. பிரமை என்று நினைத்து நின்றிருந்த இடத்திற்கே வந்தான. பல நூற்றாண்டுகளாகப் பாவியிருக்கும் கல் தரையில் நடப்பது ஆத்மார்த்த சுகமாயிருந்தது. எத்தனைக் கோடி காலடிகளோ...! இப்போது இன்னும் அதிகமாக உணர்ந்தான். நிச்சயமாக அருகில் யாரோ நிற்கிறார்கள். இரண்டு முறை சுற்றித் தேடிப் பார்த்து வந்தாகிவிட்டது. இம்முறை கண்களை மூடி அந்த இருப்பினை உணர்ந்தான். அந்த இருப்பு நிலையை உள்வாங்கி விழிகள் மூடியவுடன், அப்படியே நிற்க வைத்துவிட்டது. சிறிது நேரம் கழித்து விடுபட்டு அதே இடத்தில் தரையில் அமர்ந்துவிட்டான். கேமரா, ஜோல்னா பை எல்லாவற்றையும் கீழே வைத்துவிட்டு கல் தரையைப் பார்த்துக்கொண்டே அந்த வாசனையை உணர்ந்தான். ஆடவில்லை, அசையவில்லை. இது என்ன மணம்!!

காதலியின் வாசம் மட்டும் நுகர்ந்தவன். அவளுக்கு மோகம் பிறக்கும்போது பிறக்கும் வாசனையை அறிந்தவன். கூடுகையில் உணரும் அதன் பெயர் ஸ்வர்க்க மணம் என்று மனதில் இருத்தி வைத்துக்கொண்டவன். இப்போது வேறு மணத்தினை நுகர்கிறான். இது.. இது.. என்ன மணம்... வரலாற்று வாசனை.

இல்லை, பழங்கால நூலகமொன்றில் உணர்ந்த பழைய ஓலைச்சுவடிகளின் வாசனை. இல்லையில்லை.. திரவியம் சந்தனம் இழைத்து வரும் வாசனை. ம்ஹூம்.. அகில் மணம். இல்லை எல்லாம் மாற்றி மாற்றி.. எல்லாம் கலந்த ஏதோ, எதுவோ சொல்லத் தெரியாத அரிய மணம்.. இதனை உள்வாங்கும் சக்தி எனக்கு இல்லை. இல்லையில்லை, இருக்கிறது...

மணத்தின் கனம் இழுத்தது. ஏன் இப்படி இருக்கிறது? எங்கிருந்து வருகிறது? இதற்கு முன் இப்படியொரு நறுமணத்தினை உணர்ந்திருக்கிறேனா இல்லையா..? உடல் முழுவதும் பரவி எங்கேயோ இழுத்துச் சென்றுகொண்டிருந்தது... தாளவில்லை. தலையைப் பிடித்துக்கொண்டு, 'அம்ம்மா...' என்று அப்படியே மூர்ச்சையாகிச் சரிந்தான்.

நதிக்கரையின் மேலே பதினெட்டு ஏக்கரில் பரந்து விரிந்திருக்கும் ஆலயம் அது. ஈஸ்வரனும் ஈஸ்வரியும் தனித்தனியே கரு உருவாக வீற்றிருக்கிறார்கள். பதினோராம் நூற்றாண்டுக்கும் முந்தைய அருள் இது. ஆண்ட அரச, வசதி கொண்ட வணிக, பரம்பரைப் பொருள் கொண்ட பரம்பரை நபர்களின் மேற்பணிகளை அந்தந்தக் காலகட்டங்களில் செய்ய அருள் பாலித்திருக்கிறது ஆலயம். இங்கிருக்கும் சிற்ப நுணுக்கங்களை வியக்காதவர் இல்லை. ஏழு அடுக்குகள் கொண்ட மேற்கு ராஜகோபுரம் வழியாக உள்ளே நுழைந்திருக்கும் அவன் கட்டடக் கலையையும் சிற்பங்களையும் கண்டு, உய்ந்து தனது கேமராவில் படம் பிடித்துவிட ஆர்வமாய் வந்துள்ளவன்.

இயந்திரங்களின் உதவியற்ற மனித உழைப்பின் கூர்மையில், அர்ப்பணிப்பில் தோன்றியுள்ள சிற்ப நுணுக்கங்களைக் காணக்காண ஆனந்தமும் பெருமிதமுமாக நுண் உணர்வில் ஆட்கொண்டு 'இத்தனை அற்புதங்களைச் காண வழி செய்தாயே அம்மா..!!' என அவன் உள்ளம் ததும்பிய ததும்பலில் கை கால்கள் எல்லாம் குழைந்துவர முன்னால் இருந்த தூணை கட்டிக்கொண்டான். மக்கள் வரவும் போகவும் இருந்தனர். ஒரு சிலர் திரும்பிப் பார்த்தனர். அவன் கண்களில் கண்ணீர் வழிந்துகொண்டிருந்தது.

ஈஸ்வர தரிசனம் கண்டு ஈஸ்வரியைக் காண நுழைந்தான். வழியெங்கும் சிற்பங்களும் விதானமும் கட்டமைப்பும் ஆனந்த அயர்ச்சியுறச் செய்தது. படைப்புகள் உருவாக்கி முடியும் நேரம் எது.. காணும் மனிதர் கண்டு கண்டு அதன் முடிபைத் தருகிறாரா தொடர்கிறாரா.. ஒவ்வொருவருக்குள்ளும் சிம்மாசனமிட்டுக் கொள்ள அவர்கள் இறக்க, ஏனையவர்கள் கண்டுணர இது தொட்டுத்தொட்டுச் செல்லும் தொடர் கதையா..

அன்னையிடம் சென்று மனதில் அவள் தாள் பற்றி பணிந்து நிமிர கண்முன்னே தீபாராதனை வந்தது. வணங்கி குங்குமம் இட்டு வெளிவருகிறான். அமர்கிறான். பின்மதியமாகி விட்டது. இருள் கவிய இன்னும் நேரமிருக்கிறது. நிறைந்த சிற்பங்கள், நிறைக்க நிறைக்க விருப்பமூட்டியது. கலைப்பசி வாட்டியது. பார்க்க, பதித்துக்கொள்ள கேமராவுடன் எழுந்தான். உள்ளே படம் பிடிக்கக் கூடாது. பிரகாரங்களில் எடுக்கலாம் விதிமுறையில், ஈஸ்வரியின் வெளிப்பிரகார வாயிலின் இடதுபுறத்தில் நின்று பெரிய பெரிய தூண்களையும் அகண்ட அதன் மேற்புறத்தில் செய்துள்ள கலை நுணுக்கங்களையும் படம் பிடித்துக்கொண்டிருந்த போதுதான் அந்த ஈர்ப்பின் இருப்பு தோன்றியது.

யாரும் கவனிக்கவில்லை, தானாகவே மயக்கத்தில் இருந்து எழுந்தான். ஜன நடமாட்டம் இல்லை. எல்லோரும் எங்கு சென்றார்கள்?

ஈஸ்வரியைப் பார்க்கும் நுழைவு வாயிலின் இடதுபுறமிருந்த பெண் சிற்பம் கண்களை அசைத்தது போலிருந்தது. புன்னகை சிந்தும் இந்தச் சிற்பம் இவ்வளவு அழகை எப்படித் தாங்கிக் கொண்டிருக்கிறது. இப்பொழுதுதான் நன்றாகக் கவனிக்கிறேன்.. இதுவா கண் அசைத்தது! இங்கிருந்தா அந்த அரிய மணம் புறப்பட்டு வந்தது...? உண்மையிலேயே கற்பனையா என்று ஆழ்ந்தான் சமரன் கதிரோன்.

“மெய்யா.. பொய்யா.. மெய்யா”

“மெய்.. மெய்.. மெய்”

அதையே பார்த்துக்கொண்டிருந்தான். ஆமாம் சிற்பமேதான் பேசியது. எத்தனையெத்தனை கோடி மனிதர்களைச் சந்தித்திருக்கும். நூற்றாண்டுகள் கடந்த சிற்ப மங்கை என்னிடம் பேசுகிறாளா!!! திகைப்பில் விழுந்து வியப்பில் நனைந்து பெரும்பாடுடன் பேசுவதற்குண்டான திறனைக் கொண்டுவந்து பேசினான்.

“என்கிட்ட பேசத் தோனினது ஏன்”

“ஆயிரமாயிரம் கோடி மனிதர்களை விழுங்கிய கண் இது. உன் பெயர்! ஆமாம் உன் பெயர்தான் காரணம் சமரன் கதிரோனே! மேலும் மிக நீண்ட மௌனங்கள் அப்படியே கெட்டித்துப் போய்விடாமல் நெகிழ்வாகிவிட ஒரு நேரம் தேவைப்படும்”

அது தன் பெயரைச் சொல்லக் கேட்ட கதிரோன் இத்தனை அழகா என் பெயர் என்று மாய்ந்து போனான்.

“என் பெயரில் என்ன இருக்கிறது? எத்தனையோ எண்ணிலடங்கா உயிர்களை, பெயர்களைக் கடந்து வந்திருப்பாய்தானே”

சிற்பம் போன்று எழுத்துத் தமிழில் தானும் பேச ஆரம்பித்ததை நினைத்து தனக்குத்தானே மகிழ்ச்சி கொண்டான். அது அவனுக்குப் பிடித்திருந்தது. அதுபோலவே நிதானமாகவும் பேசினான்.

“எனது வேட்கைத்துணை என்னைத் தொட்டு, கலந்து செல்லும் ஆதவனின் கரங்களாகிய கதிர்கள். நீ கதிரோன்”

ஆமாம்.. அத்தனைச் சிரத்தையுடன் நுணுக்கமாக எழுப்பப்பட்ட கோவிலில் சில இடங்களில் கதிரவனின் ஒளி ஒளிர்ந்தது என்றாலும் இந்தச் சிற்பத்தின் மீது தழுவுவது போலிருந்தது. அதனாலேயே சமரன் கதிரோன் உள்ளே வந்த முற்பகல் வேளையில் கண்கள் கூச இச்சிற்பத்தைச் சரியாகக் கவனிக்காமல் விட்டுவிட்டான். மாலையிலும் குறிப்பிட்ட வேளையில் கதிர்கள் வரும்வண்ணம் அமைந்துள்ளதைத் தெரிந்துகொண்டான்.

“நீ....”

“நிர்வாணம் என்பது துகில் கலைவது அல்ல அகம் கலைவது. நான் பார்த்த மாந்தர்களையும் முன்சந்தித்த கண்களையும் எனை ஆக்கியவனையும் மறந்து கதிர்களை வாங்கிக் கலந்து நிற்பேன்”

“எத்தனை கோடி கண்கள் உன்னைக் கண்டிருக்கும்”

“நீள் வாழ்நாள் கொண்டு எண்ணிலடங்கா கண்களைச் சந்தித்தவள் நான். இயற்கைக்கு சற்று மாறான என் நிமிர்ந்து உருண்ட மார்புக் கலசங்களை வருடிய கைகளை அறிந்தவள். இடையை வளைத்துப் பரவசமாகிய கரங்களைத் தெரியும். பார்த்து விருப்பம் கொண்ட ஆண்களைக் கண்டதுண்டு. பார்வையற்ற மாந்தர் தொட்டுணர்ந்து மகிழ்ந்த தருணங்களைக் கண்ணுற்றிருக்கிறேன். தவழ்ந்து வந்து என்னைக் கண்டு ஆனந்தம் கொள்ள தளிர் அதரங்களில் முத்தம் கொடுத்த மகவுகள் உண்டு. இதுபோன்ற எத்தனையோ வகையான மனிதர்களைப் பார்த்து வருகிறேன். மனிதர்களின் சில வழக்கங்கள் காலங்காலமாக ஒரே மாதிரி இருக்கின்றன.”

சிசுக்களைச் சொன்னபோது இருந்த முகபாவத்திற்கும் அடுத்த வாக்கியத்தைச் சொல்லும்போது இருந்த முகத்தின் தொனிக்கும் வித்தியாசம் இருந்ததைக் கண்டான். எதனைக் குறிப்பிடுகிறது என்று எண்ணினான் பிறகு தலைகுனிந்து ‘ம்ம்ம்’ என்றான்.

“என் உறவு கதிரவனின் கதிர்கள். உன் பெயர் சமரன் கதிரோன்.”

“இவ்வளவு அழகான உன்னை, நான் உன் மார்புகளைக் கூறவில்லை உருவாக்கிய சிற்பியை நினைவிருக்கிறதா உருவான நேரங்கள் நினைவிலிருக்கிறதா”

“இல்லாமலிருக்குமா சமரன்” பொருள் பொதியப் புன்னகைத்து, “உன் பெயருக்கேற்ற கேள்வி” என்றது சிற்பம்.

“ஆமாம் என் பாட்டி கூறியுள்ளார் சமரன் என்றால் நினைவாம். நினைவுகள்தானே நாம்”

“ம்ம்ம்.. என்னை வடிவமைத்தவனுக்கு செதுக்கிய என்று கூறினால் பிடிக்காது. செதுக்குதலில் வலிமை இருக்கிறது.

கலை நுட்பம் குறைகிறது என்பது அவன் கருத்து. வடிவமைத்த என்று சொல்ல வேண்டும் என்பான். அவன் கூறி என்னிடம் வருபவர்கள் எல்லோரும் தன்னியல்பாக அப்படியே பேசுவர்."

"நான் கூட இதுவரை செதுக்கிய என்று சொல்லவில்லையே"

"ஆம். என் கண்களைத் திறக்கும்போது எனக்கு உயிர் வந்தது. அதாவது சிலைகளுக்கான உயிர். அவன் அவனில் கலந்துவிட்ட காதலியின் நினைவாகவே என் உருவத்தைக் கொண்டு வந்தான். அவன் மிகுந்த சிரத்தையுடன் வடித்து முடித்து என்னைச் சுற்றிச்சுற்றி வந்தான். இரு கையெடுத்துத் தொழுதான். ஓடிப்போய் அன்னையின் சந்நிதியில் நெடுஞ்சாண் கிடையாக விழுந்தான். ஓடிவந்து கண்களில் நீரோடு என்னைக் கட்டித் தழுவிக்கொண்டான்."

சமரன் கதிரோனுக்கு நெஞ்சங் குழைந்தது. சிற்பத்தைத் தானும் கட்டித் தழுவிக்கொள்ள வேண்டும் போலிருந்தது. மனதிற்குள் நிறைவாக அதைச் செய்தான்.

இதனை உணர்ந்தது போல் சிற்ப மங்கை ஒரு நிமிடம் கண்களை மூடித் திறந்தாள்.

"இந்த உதட்டோர சிறுகுழிவைக் கொண்டுவர இரு திங்கள் எடுத்துக்கொண்டான் என்றால் நம்ப முடிகிறதா! இதனை வடிக்கும் பொருட்டு அவனது இடது கை சுட்டுவிரலின் மையப் பகுதியில் இதற்கு இருமடங்கான குழிவு தோன்றிவிட்டது"

நறும் புன்னகை தவழும் இதழ்களை வைத்த கண் எடுக்காமல் பார்த்தான். இது.. இதுதான் இந்தச் சிற்பத்தின் நுணுக்க மாற்றமா! மயக்கும் அழகின் மையப்புள்ளியா! சற்று விரிந்த இதழின் இருபுறமும் சிறு குழைவா, சிறு குழியா இத்தனைச் சின்ன குழிவில் மாபெரும் வசீகரமா!! மனது நதியின் ஓசையாய் சலசலத்து கேள்வி கேட்டது விகசித்தது! பயணித்தது! நவ கற்களாய் பளிச்சிட்ட எண்ணங்கள் தங்கியது.

"எத்தனையோ சிற்ப வடிவமைப்பாளர்கள், எத்தனையோ சிற்பங்கள் இவ்வுலகில் உண்டு. இந்த ஆலயத்திலும் உண்டு. ஆனால் என்னை ஆக்கியவன் தினமும் என்னை வந்து பார்த்துச் செல்வான். சிரிப்பான். உதட்டுக் கனிவை

கண்கொட்டாமல் வேடிக்கைப் பார்ப்பான். நான் உன்னை ஆக்கவில்லை. என்னை வைத்து நீ உருவாகிக்கொண்டாய். என் கைகளில் இவ்வளவு வசீகரம் இல்லை. ஈஸ்வரி உபகரணங்கள்வழி ஆட்கொண்டு என்னை ஆட்டுவித்தாள் என்பான். அன்றாடமும் என்னிடம் பேச அவனுக்கு செய்திகள் இருக்கும். ஒருநாள் அவன் வரவில்லை. இதோ இதுதான் அவன் வடிவமைத்த சிற்பம் என்றார்கள். அப்போது தெரிந்தது அவன் இறந்து போனான் என்று...."

சமரன் பெருத்த மௌனத்துக்குள் ஆழ்ந்து நீள்மூச்சு விட்டான். வருத்தம் தோய்ந்த சொற்கள் அவனை என்னவோ செய்தது. பதிலுரைக்க இயலவில்லை. சிற்பம் தொடர்ந்தது.

"அவன் இறந்து பதினைந்து திங்கள் கழித்து ஓர் அணங்கு வந்தாள். என்னை இம்மி இம்மியாகத் தடவிப் பார்த்து அணைத்துக்கொண்டாள். குறைந்துகொண்டே வரும் இளமைப் படியில் இருப்பினும் என்னைப் போல அவள் இருந்ததை அறிந்துகொள்ள முடிந்தது. இவளின் நினைவாகத்தானா.. ஆனாலும் நான் அச்சு அசலாக அவளைப் போன்று இல்லை.. இதை என்னை வடிவமைத்தவனும் சொல்வான். அத்தோடு அந்த வரலாறு மறக்கப்பட்டது. இப்படி எத்தனை மனங்களோ எத்தனைக் கதைகளோ"

"உன்னைக் கண்டு மையல் கொள்பவர்கள் எத்தனையோ பேர் அதையுணர்கையில் எப்படி இருக்கும், உனக்கு எவரைப் பிடிக்கும்"

"எப்படியும் இராது. நான் சூரியக் கதிர்களைப் புணர்பவள். அதற்கு மட்டுமே திறக்கப்படும் யோனி என்னுடையது. காலை அல்லது மாலை பிடித்த நேரம், பிடித்த வேளை, கதிர்களிடம் நெகிழும் மலரும் மணக்கும். சுடரோனின் கதிர்களை நான் சேரும் வகையில் என்னை வடிவமைத்தான். கடும் குளிர்மழை நாட்களில் தவம் நோற்பேன். கதிர்கள் முதன்முதலில் என் இதழ்களைத் தீண்டியப் பிறகு இன்னும் ஒளிரும் என்று என்னை வடிவமைத்தவன் கூறியிருக்கிறான்."

கதிரோனுக்கு சிலையிடமிருந்து வந்த மணம் என்னவோ செய்கிறது. அப்படியே மயங்கிச் சரிகிறான்.

எங்கிருந்து வந்தது..? சிலையின் மீதிருந்தா..? இவ்வளவு நேரம் இல்லாமல் இப்போது எப்படி..? ஆமாம் சிலையிலிருந்துதான். மாலை நேர சூரியக்கதிர்கள். ஓ.. புணர்தலின் மணமா..!

கதிரோன் விறுவிறுவென வெளியே சென்றான். அடுத்த நாள் சூரியன் மறைந்தப் பிறகு வந்தான்.

"சமரன் கதிரோன் ஏன் இந்தத் தயக்கம்"

"இன்றும் பேசுவாயா என்று சந்தேகம் வந்தது. அதுதான்..."

கதிரோனின் கண்களில் ஆசை துளிர்த்துச் செழித்திருந்தது. சிற்பம் இன்றும் பேசியதன் வெளிப்பாடது.

சிற்பம் சிறிதாகப் புன்னகைத்தது. மையலுறச் செய்யும் உதட்டோர மென்குழிவு அசைந்து அமர்ந்தது. சமரனுக்கு கிறுக்குப் பிடித்துவிடும் நிலையெட்டியது.

பைத்தியம் கொளச் செய்யும் வகையில் வடிவமைத்தவனைச் சொல்ல வேண்டுமென்றது.

சட்டென்று சமநிலைக்கு முயற்சித்தான்.

"ஈஸ்வரியை வலம் வந்துவிட்டு என்னிடம் வா" என்றது. மைய ஆகிருதியில் மயங்கி விழுந்துவிடாமல் நிதானப்பட்டு வா என்பதாக இருந்தது அதன் குரல்.. விடுபடல்.

அன்னையை வணங்கிவிட்டு வந்தான்.

"அம்மா எப்பிறவியும் உன் ஆசி வேண்டும் என்று வேண்டினேன்."

சிற்பம் கேளாமலேயே கூறினான்.

"பிறவியே வேண்டாமென்று கேட்கவில்லையா? உயிரிகளுக்குத்தான் முற்பிறவி மறுபிறவி என்பதெல்லாம்"

"இறப்பவர்தானே... ஆமாம் அந்நியப் படையெடுப்பு, இயற்கை சீற்றங்கள் என்று எதிலும் அழியாமல் நின்று வசீகரிக்கும் நீ பல பிறவிகள் எடுத்ததற்கு சமம்தானே"

"என்னை ஆக்கியோனின் வேண்டுதல். காலங்கள் கடந்தும் நான் இருக்க வேண்டும்."

"அவனது உருவம் ஓவியமாகவோ சிற்பமாகவோ இருக்கிறதா, அவனது நினைவாகவே இருந்தது. கனவில் நதியின் கரையில் அமர்ந்திருந்தான். முகம் தெரியவில்லை. அருகில் சென்று தொடுகையில் விழித்து விட்டேன்."

"கனவு கூட வரம்தான். அவன் உருவம் எந்த சேமிப்பகத்திலும் இல்லை. இங்கிருக்கும் நதியில்தான் இப்புன்னகையைக் கண்டானாம். அதனை வடித்துவிட வேண்டுமென்று முயன்றதாகக் கூறுவான்."

"எளிய சொற்களில் கூறிவிட்டாய். இச்சொற்களுக்குள் நான் இரு தினங்கள் படகு ஓட்டி பயணித்தல்லவா பொருள் கொள்ள வேண்டும்."

"மனிதர்களைப் போல் நினைத்தபோது சொற்கள் உதிர்க்கவியலா எனக்கு சொற்களின் மேல் மிகையான ஆசையுண்டு. இவ்வளவு நாட்களாக நான் கவனித்த சொற்களில் பிடித்தவற்றையெடுத்து சேமித்து வைத்திருக்கிறேன். நிரம்பிக்கொண்டிருக்கும் இக்கொள்கலனில் இருந்து என்னருகில் வந்து என்னை உள்வாங்கி இலயிப்பவர்களின் சிந்தனையில் ஒரு சொல்லையெடுத்துப் போட்டுவிடுவேன்."

"அப்படியா!!"

"ஆம்.. அவர்கள் அறியாமல் அவர்களுக்குள் இறங்கும் அச்சொல் அவர் வாழ்வு காலம் வரை அவருடன் இருக்கும். அவரது பேச்சில் அச்சொல் வரும். இது எனக்கு ஆர்வமிழக்காத விளையாட்டு."

தன்னுடன் சிற்பம் பேசுவது பெரும்பேறு என்று நினைத்துக்கொண்டான். இணைக்கோடாக தான் இதனுடன் பேசுவதற்காகவே முடுக்கி விடப்பட்டு வந்தவன் என்னும் தோன்றலும் வந்தது. அதற்குள் நாழிகையாகிவிட்டது என்று சிற்பம் தெரிவித்தது.

"சரி எனக்கு எந்தச் சொல்லை தரவிருக்கிறாய்"

"உனக்கா நான் தரவேண்டும்!"

"ஏன்"

"போகும் முன் நதிக்கரை செல்"

சிற்பம் சிற்பமானது. அவனுக்கு ஏக்கமாக இருந்தது

சமரன் கதிரோன் கோவிலையொட்டியுள்ள நதிக்கரை சென்றான். நதியைக் கண்டவுடன் புன்னகை நினைவுக்கு வந்தது. நீண்ட நேரம் கரையிலிருந்து கண்டு கொண்டிருந்தான். இறங்கினான். புன்னகை நதி முழுவதும் விரிந்து அவனில் கலந்தது. உடலும் மனமும் சிலிர்த்தது. தன்னையறியாமல் தலைக்கு மேல் கைகளைத் தூக்கி வணங்கினான். இடது கை சுட்டு விரலின் மையப்பகுதியின் குழியில் தேங்கிய நீர் நிலவொளியில் மின்னியது. நிசியின் அந்தகார நிசப்தத்தில் நதியில் கண்ணீர் துளி விழும் ஒலி அதன் புன்னகையில் கரைந்தது. படித்துறையில் கேமராவும் ஜோல்னா பையும் தனித்துக் கிடந்தன.

■